குற்றவாளிகளின் தேசம்

இது ஒரு

மெட்ராஸ் பேப்பர்

தயாரிப்பு

குற்றவாளிகளின் தேசம்

ஸஃபார் அஹ்மத்

மெட்ராஸ் பேப்பர்

Title: Kutravaaligal Desam
Author's Name: Zafar Ahmed

Published by MadrasPaper

மெட்ராஸ் பேப்பர்

MadrasPaper

(An imprint of Zero Degree Publishing)
No. 55(7), R Block, 6th Avenue,
Anna Nagar,
Chennai - 600 040

Website: www.madraspaper.com
www.zerodegreepublishing.com
E Mail id: zerodegreepublishing@gmail.com
Phone: 89250 61999

Ezutthu Prachuram First Edition: December 2022
ISBN: 978-93-95511-46-9
TITLE NO MP: 5

Cover Design & Layout: Vijayan, Creative Studio
Prin

என் பேரன்புக்குரிய குழந்தைகளான
ஸல்மாவிற்கும் அகீலுக்கும்.

முன்னுரை

சுதந்திரத்திற்குப் பின்னரான கடந்த எழுபத்து நான்கு ஆண்டுகளில் இலங்கை இப்போது அனுபவித்துக் கொண்டிருப்பதைப் போன்றதொரு பொருளாதார நெருக்கடியைச் சந்தித்ததே இல்லை.

2021ம் ஆண்டின் கடைசியில் மெல்ல மெல்லத் தலையெடுத்த வரிசைகளும், தட்டுப்பாடுகளும் 2022ல் தேசத்தின் அடையாளங்களாகின.இலங்கை சரித்திரத்தில் முதல் தடவையாக மக்கள் புரட்சி வெடித்தது. சகல அதிகாரமும் அமையப் பெற்ற ஜனாதிபதி நிலமையைச் சமாளிக்க முடியாமல் பதவி துறந்தார்.

சமயோசிதமற்ற அரசியல் தீர்மானங்களும், நடவடிக்கைகளும் ஒரு தேசத்தையே கவிழ்த்துப் போட்டுவிடும் என்பதற்கு இலங்கையைத் தவிர வேறு நல்லஉதாரணம்இன்றையதேதியில்கிடையாது. இங்கே பகிடி என்னவென்றால் ஒரு சாதாரண அரச ஊழியன் செய்யும் தப்புக்கு எத்தனையோ

அளவுகளில் ,கலர்களில் தண்டனைகளை உற்பத்தி செய்து கொண்டும், வழங்கிக் கொண்டிருக்கும் சிஸ்டம், நாட்டை வங்குரோத்து நிலைக்குள்ளாக்கிய மேல் வர்க்கத்திடம் மட்டும் பவ்யமாகிவிடுகிறது.

என்னைச் சுற்றி நடந்து கொண்டிருப்பவை அனைத்தையும் நுணுக்கமாய் அவதானித்து எழுத்தில் வடிக்குமாறு ஆசான் பா.ராகவன் எனக்கு உற்சாகமளித்தார்.மெட்ராஸ் பேப்பர் இணைய வார இதழின் கதவுகள் எனக்காகத் திறந்து கொண்டன.

இப்புத்தகத்தில் இடம் பெற்றிருக்கும் கட்டுரைகள் அனைத்தும் மெட்ராஸ் பேப்பரில் வாரம் தோறும் வெளிவந்த போது வாசகர்களால் பெரும் வரவேற்பைப் பெற்றவை. இப்போது இணையத்திலிருந்து புத்தக வடிவத்திற்கு இடம் பெயர்கின்றன. இது எனது முதல் புத்தகம். என் எழுத்தைச் செதுக்கிய ஆசான் பா.ராவுக்கு நன்றி.

ஸஃபார் அஹ்மத்
ahmedzafaar@gmail.com

பொருளடக்கம்

யார் குற்றவாளி?

ஒரு கிலோ தக்காளி 720 ரூபாய். பூண்டு 800 ரூபாய். வெங்காயம் 400. உருளைக்கிழங்கு 400. லிட்டர் பெட்ரோல் 338 ரூபாய். டீசல் 289. சமையல் எரிவாயு உருளை 4860 ரூபாய்.

இலங்கை நிலவரம் இப்படியாக இருக்கிறது. தேசம் திவால் என்று அறிவிக்கப்பட்டு விட்டதால் மட்டுமே எந்த தேவ தூதரும் உடனே கைதூக்கி விட வந்துவிடவில்லை. பிரதமர் மாறினார். பிரச்னைகள் மாறவில்லை. எங்கும் பதற்றம். எவர் முகத்திலும் கலவரம்.

ஒவ்வொரு பெட்ரோல் நிரப்பு நிலையம் முன்பாகவும் கிலோ மீட்டர் கணக்கில் நீள்கிறது வாகன வரிசை. பெட்ரோல் இல்லாமல் பாதி வழியில் நின்ற வாகனங்கள் சாலையோரம் தேங்கிக் கிடக்கின்றன. சமையல் எரிவாயு உருளைகளைத் தள்ளிக் கொண்டு ஒரு வரிசை. பால்மா வாங்க இன்னொரு வரிசை. மண்ணெண்ணெய் கேன்களைத் தூக்கிக் கொண்டு

புழுதி வாரித் தூற்றும் பெண்களின் சிறப்பு வரிசை தனி.

'யாரும் பெட்ரோல் வரிசைகளில் காத்திருக்க வேண்டாம். இன்னும் மூன்று நாள்களுக்கு தேசம் முழுக்க பெட்ரோல் சப்ளை பண்ண கிடையாது' என்ற செய்தி 'பிரேக்கிங்' என ஓடியதும் வரிசையில் நிற்கும் வாகனதாரர்கள் தம் வண்டியை வரிசையிலிருந்து வெளியே இழுத்துத் தள்ளி நகர்த்துகிறார்கள். ஒவ்வொரு அங்குலமும் குட்டி நரகம் போலக் காட்சி தருகிறது கொழும்பு மாநகரம்.

'Hanke's Inflation Dashboard' வெளியிட்ட கடந்த மாத இறுதிவரையிலான உலக நாடுகளின் பண வீக்கப் பட்டியலில் 119 சதவீதத்துடன் வெண்கலப் பதக்கத்தைப் பெற்று இருக்கிறது இலங்கை. தங்கத்தையும் வெள்ளியையும் முறையே ஸிம்பாப்வேயும், லெபனானும் தட்டிச் சென்று இருக்கின்றன.

அநேகமாக இன்னும் சில மாதங்களில் தங்கத்தை இலங்கை பெற்றுவிடுமோ என்ற அச்சமும் மக்களிடம் இல்லாமல் இல்லை.

2019 டிசம்பரில் ஒரு இந்திய ரூபாய் 2.5 இலங்கை ரூபாயாக இருந்தபோது இலங்கையில் பெட்ரோல் ஒரு லிட்டர் விலை 137 ரூபாயாக இருந்தது. அது இந்திய மதிப்பில் ரூ.50-க்குக் கிடைத்தது. இன்றைய தேதியில் ஒரு இந்திய ரூபாய் 4.70 இலங்கை ரூபாயாக மாறி உள்ளது.

உதாரணமாக, இலங்கையில் அரசுப் பள்ளிக் கூடம் ஒன்றில் பணிபுரியும் பட்டதாரி ஆசிரியர் ஒருவரின் மாதச் சம்பளம் ரூ.45000. இந்த வருமானத்தில்

ரூ.338க்கு பெட்ரோல் அடித்து, காய்கறி வாங்கி சமைத்துச் சாப்பிட்டு வாழ்வாங்கு வாழ்ந்தாக வேண்டும்.

இலங்கையின் பொருளாதாரச் சீரழிவை ஒரே வரியில் இப்படிப் புரிந்துகொள்ளலாம். 1948-ல் சுதந்திரம் கிடைத்தது முதல் அமெரிக்க டாலர் ஒன்றின் இலங்கை மதிப்பு 200 ரூபாய்களாக மாற 74 ஆண்டுகள் எடுத்தன. அதே 200 ரூபாய், 360 ரூபாயாக மாற வெறும் இரண்டு மாதங்கள். பிரையன் லாராவின் 400 ஓட்ட சாதனையை முதலில் முறியடிக்கப் போவது பெட்ரோலா, டாலரா என்பதில்தான் தற்போது போட்டி நிலவுகிறது.

இலங்கையின் ஒட்டு மொத்தக் கடன் 52 பில்லியன் டாலர்கள். எலன் மஸ்க் ட்விட்டரை வாங்கச் செலவழித்த தொகையைவிட எட்டு பில்லியன் டாலர் அதிகம். எரிபொருள் கப்பல் ஒன்றினைக் கொழும்புத் துறைமுகத்தில் இறக்க ஆகும் செலவு 50 மில்லியன் டாலர்கள். கைவசம் ஒரு மில்லியன் டாலர் கூட இல்லை என்கிறார் பிரதமர்.

இலங்கையின் இந்த சர்வ நாசத்தின் ஆணிவேர் என்ன? இத்தேசம் ஒரே இரவில் பிச்சைப் பாத்திரம் ஏந்த யார் காரணம்? இதன் பின்னணியில் இருக்கும் பொருளாதாரக் குற்றவாளிகள் யார்?

பாதி காரணம் சைனா. மீதி காரணம் ராஜபக்சேக்கள் சைனாவுடன் நடத்திய தேனிலவு.

மகிந்த ராஜபக்சே ஜனாதிபதியாக இருந்தபோது சைனா அவரை நெருங்கியது. 'நாட்டை சுவனப் பூஞ்சோலையாக்குவோம்!' என்று ஆசை காட்டியது. விளைவு, சைனா என்ற கந்து வட்டி முதலாளிக்கு வாழ்க்கைப்பட்ட மகிந்த ராஜபக்சேவும்

பரிவாரங்களும் விமானம் வராத விமான நிலையங்கள், கப்பல் வராத துறைமுகங்கள், வானுயர தாமரைக் கோபுரங்கள், கொசு மட்டுமே வரும் பிரம்மாண்ட மாநாட்டு மண்டபங்கள் என்று 2009 - 2014 காலப் பகுதியில் நாட்டை ஒரு வழி செய்தனர். எல்லாமே உயர் வட்டி விகிதங்களுக்குப் பெறப்பட்ட கடன்கள். டிராகன் இலங்கையை அப்படியே கவ்விக் கொண்டது.

2015 - 2019 வரை நடந்த பிரதமர் ரணில் - ஜனாதிபதி மைத்திரிபால சிரிசேன ஆட்சியில் ஹம்பாந்தோட்டை துறைமுகம், வேறு வழியின்றி 99 வருட குத்தகைக்கு சைனாவிற்கே வழங்கப்பட்டது. ஆரம்பத்தில் பெரும் எதிர்பார்ப்பை ஏற்படுத்திய ரணில் - சிரிசேனா ஆட்சி, ராஜபக்சே தரப்பின் பௌத்த மேலாதிக்க பிரசாரங்கள், போலியான பரப்புரைகள் என்று ஆட்டம் கண்டு, கடைசியில் ஈஸ்டர் குண்டு வெடிப்புடன் ஒட்டு மொத்தமாக காலியானது. சிரிசேனா ஓடிப் போய் ராஜபக்சேவிடம் சரணடைந்த விநோதமும் நடந்தேறியது.

மகிந்த ராஜபக்சேவின் தம்பி கோட்டாபய ராஜபக்சே 2019 ஜனாதிபதி தேர்தலில் அழைத்து வரப்பட்டார். முன்னாள் பாதுகாப்புச் செயலாளர் அவர். பயங்கரவாதத்தை ஒழிக்க இவரை விட்டால் யாரும் இல்லை என்று பெரும் பிரசாரம் செய்யப்பட்டது. முஸ்லிம்கள் மீது பெரும் அச்சமும் சந்தேகமும் கட்டவிழ்த்து விடப்பட்டன. 'சிறுபான்மையினரின் வாக்குகள் எதுவும் தேவை இல்லை. தனிச் சிங்கள வாக்குகளால் வெல்வோம்!' என்று பகிரங்கமாகக் கூவியது போலவே வென்று முடித்தனர்.

எந்த அரசியல் கட்சியிலும் ஒரு சாதாரண உறுப்பினராகக் கூட இருந்திராத, பொருளாதாரத்தைப்

பற்றி அரிச்சுவடி கூடத் தெரியாத கோட்டாபய ராஜபக்சே ஜனாதிபதியானதும் ஒரு காரியம் செய்தார்.

15 சதவீதம் ஆக இருந்த 'வாட்' வரியை 8 வீதமாகக் குறைத்தார். மக்களின் வரிச்சுமை குறையும், பொருளாதாரம் மேம்படும் என்று காரணங்கள் சொல்லப்பட்டாலும் ஜனாதிபதித் தேர்தலில் அவருக்குப் பண உதவி செய்த பெரு நிறுவனங்களுக்கு வரிச் சலுகையாகவே இது கடைசியில் அமைந்தது.

இதனால் தோராயமாக 600 பில்லியன் ரூபாய் அரசு வருமான இழப்பு ஏற்பட்டது. கையோடு இன்னொரு காரியமும் பார்த்தார். சர்க்கரை மீது விதித்து இருந்த ஐம்பது ரூபாய் இறக்குமதி வரியை இருபத்தைந்து சதமாகக் குறைத்தார். யாரோ ஒரு பினாமி இதன் மூலம் உச்சப் பயனைப் பெற்றது. இதனால் ஏற்பட்ட நஷ்டம் மட்டும் பதினாறு பில்லியன் ரூபாய்.

அதோடு நிறுத்திக்கொண்டாரா என்றால், இல்லை. வெளிநாட்டு நாணயக் கையிருப்பில் இருந்த 7800 மில்லியன் டாலர்களில் (7.8 பில்லியன் டாலர்கள்) இருந்து ஏதோ கடன் தவணை ஒன்றையும் கட்டினார். கொரோனாவின் ஆரம்பப் பொழுதுகள் அவை. உலகம் படிப்படியாகத் தன்னை 'ஊரடங்கு' செய்து கொண்டிருந்தது. யாரும் எந்தக் கடனையும் திருப்பிக் கேட்கவுமில்லை. கொடுத்திருக்கத் தேவையுமில்லை.

அத்தோடு பிடித்தது அஷ்டமத்துச் சனி. கொரோனா கோர முகம் எடுத்தது. ஆடை ஏற்றுமதி வருமானம் வீழ்ந்தது. சுற்றுலா பயணிகளின் சகவாசமே இல்லாமல் போனது. வெளி நாடுகளில் தொழில் செய்வோரில் பெருவாரியானோர் தொழிலை இழக்க, வெளிநாட்டு கரன்சியே கண்ணில் படாமல் போனது.

எல்லாவற்றிலும் உச்சமாக ஒரு நாள் நள்ளிரவு, செயற்கை உரத்தை முற்று முழுதாகத் தடை செய்யும் வர்த்தமானி அறிவிப்பை வெளியிட்டு விவசாயிகளின் வயிற்றில் விஷத்தை வார்த்தார். விவசாய உற்பத்தியில் பெரும் பாய்ச்சல் நடத்தும் ஜெர்மனி மற்றும் இஸ்ரேல் போன்ற நாடுகள் கூட வெறும் பத்து வீதத்திற்கும் குறைவான ஆர்கானிக் உரத்தையே பயன்பாட்டில் வைத்திருக்கின்றன.

ஆனால் இலங்கை ஒரே நாளில் நூறு வீத இயற்கை விவசாய நாடாக அறிவிக்கப்பட்டது. 'ரத்னதேரர்' என்ற மதகுரு ஒருவரும் 'பாதெனிய' என்ற டாக்டர் ஒருவரும் கோட்டாபயவுடன் இந்த நகைச்சுவை நாடகத்தில் முக்கியப் பாத்திரமேற்று நடித்திருந்தனர்.

இதனால் உரம் இன்றி விவசாயிகள் தற்கொலை செய்து கொள்ளும் நிகழ்வு அன்றாடப் பேசுபொருளானது. தொடர் களேபரம், போராட்டங்கள் வெடித்தன. காய்கறி விலை சாமானியர்களால் வாங்க முடியாத அளவுக்கு ஏற்றம் கண்டது. அரசு வருமானம் நலிவடைந்து டாலர் சேமிப்பும் ஆட்டம் கண்டு கொண்டிருந்ததால்தான் செயற்கை உர இறக்குமதியைத் தடை செய்தார்கள்: இந்த இயற்கை உர சங்கதி எல்லாம் வெறும் கதை என்கிறார்கள் இலங்கையின் அரசியல் விமர்சகர்கள்.

இந்நிலையில் மத்திய வங்கிக்கு அஜித் நிவாட் கப்ரால் என்ற ஒரு உத்தமர் அதிபதியானார். 'பணத்தைத் தாராளமாக அச்சிடலாம். அதனால் பண வீக்கமே ஏற்படாது' என்று அவர் சொன்ன போது பொருளாதார அறிஞர்கள் அத்தனைப் பேரும் தலையில் துண்டைப் போட்டுக் கொண்டார்கள்.

இது நடந்த அதே சமயத்தில், வெளிநாட்டு நாணயக் கையிருப்பு படிப்படியாகத் தேயத் தொடங்கியது. டாலர் கையிருப்பைப் பேணிட வாகனங்கள் முதல் வாசனைத் திரவியங்கள் வரை அத்தனையும் அநாவசியங்களாகப் புள்ளியிடப்பட்டு இறக்குமதி செய்யத் தடை விதிக்கப்பட்டது. ஆனால் எரிபொருள், மருந்துப் பொருட்கள், உட்பட அத்தியவசியங்களின் இறக்குமதிகள் பெரும் செலவை ஏற்படுத்திக் கொண்டிருந்தன.

2021 தொடக்கத்திலேயே பொருளாதார வல்லுநர்கள் நிலைமையின் தீவிரத்தைப் புரிகிற சிங்களத்தில் சொல்லிக் கொண்டு இருந்தார்கள். சர்வதேச நாணய நிதியத்தின் *(IMF)* உதவியை நாடுமாறு பரிந்துரை செய்தார்கள். ஆனால் ராஜபக்சேக்களிடமிருந்து, 'இதெல்லாம் ஒரு விசயமே இல்லை!' என்ற எகத்தாளமே பதிலாகக் கிடைத்தது.

இப்படி ஒரு திரிசங்கு நிலை வேறு நாடுகளில் ஏற்பட்டிருந்தால் விசேட பொருளாதார நிபுணர்களின் ஆலோசனையிலேயே ஒட்டு மொத்த அமைச்சரவையும் இயங்கி இருக்கும். இலங்கையில நடந்தது தலை கீழ். அநாமதேய எம்.பி ஒருவரை ராஜினாமா செய்ய வைத்து விட்டு, ராஜபக்சே குடும்பத்தில் டீல்களுக்குப் பேர் போன 'பசில் ராஜபக்சே'வைப் பாராளுமன்றத்திற்கு அழைத்து வந்து அவருக்கு நிதியமைச்சர் பதவியையும் கையோடு கொடுத்தார் கோட்டாபய ராஜபக்சே.

அஜித் நிவாட் கப்ரால்-பசில் ராஜபக்சே ஜோடி என்பது டெண்டுல்கரும் கங்குலியும் போல அமைந்த ஒரு அற்புதக் கூட்டணி. ப்ரிண்டர் உடையும் வரை பணம் அச்சடித்துத் தள்ளியது. எந்தளவுக்கு என்றால்

கடந்த இரண்டு வருடங்களில் அச்சிடப்பட்ட பணத் தொகை சுதந்திரத்திற்குப் பிறகு இத்தனை காலமும் அச்சடித்த தொகையை விடவும் அதிகம்.

டாலரை அதன்பாட்டுக்கு சுயாதீனமாக மிதக்க விடாமல், மத்திய வங்கியின் கட்டுப்பாட்டில் வைத்தார் அதிபதி கப்ரால். வங்கி ரேட் 203 ரூபாயாக இருந்தபோது கறுப்புச்சந்தையில் 250 என்று இருந்தது. நாட்டிற்கு டாலர் வருவதற்கான எந்த சாத்தியங்களும் இருக்கவில்லை. 'ஐஎம்எப் (IMF) இடம் போனால் நாட்டின் இறைமைக்கு ஆபத்து!' என்று விளக்கம் சொன்ன அவர், 'ஐஎம்எப் பக்கம் கால் வைத்தும் படுக்கமாட்டேன்!' என்றார்.

சில வர்த்தகர்கள் கறுப்புச் சந்தையில் டாலர்களை வாங்கி சேமிக்கத் தொடங்கினார்கள். வெளிநாடு வாழ் இலங்கையர்கள் வங்கிகளினூடாகப் பணம் அனுப்புவதை மொத்தமாகக் கைவிட்டு ஹவாலாவுக்குத் தாவினர். வெளிநாடு செல்லும் ஒருவருக்கு நூறு டாலருக்கு மேல் வழங்குவதை வங்கிகள் நிறுத்திக் கொண்டன. கறுப்புச் சந்தை கொடிகட்டிப் பறந்தது.

திடீரென்று ஓர் இரவில் டாலர் மீதான மத்திய வங்கியின் கட்டுப்பாட்டை நீக்கினார் கப்ரால். மாட்டுக் கொட்டகையை ஒரேயடியில் திறந்து விட்ட மாதிரியான நிகழ்ச்சி அது. டாலர் கண் காணாத ரேட்டுக்குப் போய்ச் சேர்ந்தது. கப்ரால் ரொம்ப எளிதாக ராஜினாமா செய்துவிட்டுத் தூங்கப் போய் விட்டார்.

டாலர் மதிப்பு எகிறியதால் அனைத்து எரிபொருள் விலைகளும் இரண்டு மடங்காகின. வெளிநாட்டு நாணயக் கையிருப்பும் மைனஸில் வர கைமாற்றாக

தினமும் ஏதாவது ஒரு நாட்டைச் சார்ந்து நிற்க வேண்டிய துர்ப்பாக்கிய நிலை உருவானது.

நாடு முழுவதும் மக்கள் கொதித்தெழுந்து வீதிக்கு வந்தார்கள். எமர்ஜென்ஸிக்கு மேல் எமர்ஜென்ஸி போட்டு மக்கள் போராட்டத்தை நசுக்கப் பார்த்தது அரசு. ஆனால் எதுவுமே எடுபடவில்லை.

ஏப்ரல் மாதம் 9ம் தேதி இளைஞர் படை ஒன்று புறப்பட்டு வந்து ஜனாதிபதி செயலகத்திற்கு முன் கூடாரமடித்து முகாமிட்டது.

‘கோட்டா வீட்டுக்குப் போ’ (gota go home) என்ற ஹேஷ் டேகுகள் டிரெண்டாகின. ஜனாதிபதி செயலகத்திற்கு முன்பு இருக்கும் ‘கோல் ஃபேஸ்’ (காலிமுகத் திடல்) மைதானம் தினமும் ஆயிரக்கணக்கான மக்களின் கோஷங்களால் அதிர்ந்து கொண்டிருக்கிறது.

“ராஜபக்சே குடும்பமே அரசியலில் இருந்து போய்த் தொலையுங்கள். இனி நீங்கள் யாருமே எங்களுக்கு வேண்டாம். அப்படிப் போகும் முன்பு மறக்காமல் எங்களிடமிருந்து கொள்ளையடித்தவை அனைத்தையும் தந்துவிட்டுச் செல்லுங்கள்” என்று கொட்டை எழுத்துகளில் எழுதப்பட்ட பதாகைகள் எழுந்தன. அவற்றில் எழுச்சி மிகு சுலோகங்களும், கடந்த கால மகிந்த ராஜபக்சே ஆட்சியில் காணாமல் போன மற்றும் கொல்லப்பட்ட ஊடகவியலாளர்களின் புகைப்படங்களும் பெரிய அளவுகளில் காட்சிப் படுத்தப்பட்டு இருக்கின்றன. போராட்டக்களம், கூடாரங்களும் நடமாடும் கழிப்பிடங்களும் நூலகங்களும் அமைக்கப்பட்டு ஒரு ஊர் போல மாறிவிட்டது. எந்த ராஜபக்சேக்களின் பெயரைச் சொல்ல மக்கள் ஒரு காலத்தில் பேரச்சம் அடைந்தார்களோ, எந்த ராஜபக்சேக்களை சிங்கள

மக்கள் கடவுள் போலக் கொண்டாடினார்களோ அதே ராஜபக்சேக்கள் செல்லாக் காசாக இன்று மாறி இருக்கிறார்கள். கோட்டாபய கடந்த நாற்பது நாட்களுக்கும் மேலாக எந்தவொரு பொது நிகழ்விலும் தலைகாட்டாமல் இருந்தார். ஜனாதிபதி மாளிகைக்குள் பம்மிக் கொண்ட பிரதமர் மகிந்த ராஜபக்சே தனது அடிப்பொடிகளை அவரது வாசஸ்தலமான அலரி மாளிகைக்குக் கடந்த மே 9ம் தேதி வர வைத்து தான் பதவி விலகப் போவதில்லை என்று அறிவிப்பு செய்தார்.

மகிந்த ராஜபக்சேவை தரிசித்த கூட்டம் அப்படியே போய் கோல் ஃபேஸில் நிராயுதபாணியாக ஆர்ப்பாட்டத்தில் ஈடுபட்டுக் கொண்டிருந்தவர்களை சரமாரியாகத் தாக்கியது. கூடாரங்களை எரித்து வன்முறைகளை ஏவிவிட்டது. அவ்வளவுதான்.

காரியாலயங்களிலும் தொழில் தளங்களிலும் இருந்த பொதுமக்கள் ஓடி வந்து காடையர்கள் மேல் பதில் தாக்குதல் நடத்தினர். அந்த இரவு முழு நாடும் பற்றி எரிந்தது. எழுபதுக்கும் மேற்பட்ட ஆளும் கட்சி அரசியல்வாதிகளின் வீடுகளும் உடமைகளும் எரிக்கப்பட்டன. ஒரு நாடாளுமன்ற உறுப்பினர் உட்பட எட்டுப் பேர் கொல்லப்பட்டு இரண்டாயிரம் கோடி நஷ்டம் ஏற்பட்டதன் பின்னர்தான் மகிந்த ராஜபக்சே பிரதமர் பதவியை ராஜினாமா செய்தார்.

கோட்டாபய செய்த மகத்தான சாதனைகளில் ஒன்று நாட்டின் மத்திய தர வர்க்கத்தையும் உயர் மத்திய தர வர்க்கத்தையும் ஆழமாகக் குழி தோண்டிப் புதைத்ததுதான். வடிவேலுவின் மீது காக்கா எச்சம் விடப் போக, கடைசியில் டீக்கடை எரிந்த ஜோக் மாதிரிதான் கோட்டாபய 'வாட்' வரியைக் குறைக்கப் போய் நடந்த அத்தனை சேதாரங்களும்.

பாராளுமன்றத்தில் உள்ள அனைத்துக் கட்சிகளையும் அழைத்து தேசிய அரசாங்கம் ஒன்றை அமைக்கப் பல முறை முயன்றார் கோட்டாபய. ஆனால் பிரதான எதிர்க்கட்சியான ஐக்கிய மக்கள் சக்தி 'நீர் பதவி விலகினால் தான் மறு பேச்சு' என்று சொல்லி விட்டது. இப்படியான ஒரு அசாதாரண காலத்தில் எதற்கு வம்பு என்று அனைவரும் ஒதுங்கிவிட்டனர். வேறு வழி இன்றி ஐக்கிய தேசியக் கட்சியின் தலைவரும் ஏற்கனவே ஐந்து தடவை பிரதமர் பதவியை வகித்தவருமான ரணில் விக்ரமசிங்கவைக் கூப்பிட்டு பிரதமராக்கினார் கோட்டாபய.

இத்தனைக்கும் ஐக்கிய தேசியக் கட்சியில் இருந்து கடந்த தேர்தலில் பாராளுமன்றத்திற்குத் தேர்வான ஒரே ஒரு பாராளுமன்ற உறுப்பினர் அவர் மட்டும்தான்.

மே 18-ம் தேதி இலங்கை சரித்திரத்தில் மிக முக்கியத்துவம் வாய்ந்த தினம். 2009-ம் ஆண்டு மே 18-ம் தேதி அப்போதைய இலங்கை ஜனாதிபதி மகிந்த ராஜபக்சே புலிகளைத் தோற்கடித்து விட்டதாக உத்தியோகபூர்வமாக பாராளுமன்றத்தில் அறிவித்தார்.

2022 மே 18ம் தேதி இலங்கை உத்தியோகப் பூர்வமாக திவாலாகிவிட்டதாக பிரதமர் ரணில் விக்ரமசிங்க அதே பாராளுமன்றத்தில் அறிவித்தார்.

அன்று தேசியக் கொடியுடன் கொண்டாடியவர்கள் இன்று வரிசைகளில் நிற்கின்றனர். யுத்த வெற்றி கோஷமிட்ட 'கடவுளர்கள்' பங்கருக்குள் ஒளிந்து கொள்ள, தலைநகர் கொழும்பு உட்பட நாடெங்கும் யுத்தத்தில் இறந்தவர்களுக்கான நினைவேந்தல் நடைபெற்றது.

இந்தச் சீரழிவிலும் ஒரு பெரு நன்மை, இந்தப் பஞ்சமும் பரதேசித்தனமும் தட்டுப்பாடும் ஏதோ ஒரு விதத்தில் தேசிய ஒருமைப்பாட்டை உண்டாக்கி இருப்பதுதான். இதுவரை கோட்டாபயவைத் தவிர மற்ற ராஜபக்சேக்கள் அனைவரும் பதவிகளை ராஜினாமா செய்துவிட்டார்கள்.

மத்திய வங்கியின் முன்னாள் அதிபதிக்கு வெளிநாடு செல்லத் தடை உத்தரவு பிறப்பிக்கப்பட்டிருக்கிறது.

ஆனானப்பட்ட மத்திய வங்கி, டாலரும் இல்லாத, ரூபாயும் இல்லாத வெறும் கட்டடக் குவியலாகி விட்டது. சில மீட்டர் தூரத்தில் ஆர்ப்பரிக்கும் இளைஞர் கூட்டத்திடம் மௌனமாகத் தனது சோகக் கதையைச் சொல்லிக் கொண்டு நிற்கிறது.

ரணில் வந்ததால் லாபம் உண்டா?

மே 9ம் தேதி அந்தக் கலவரம் நடந்தது. அதுவரை அரசுக்கு எதிராகப் போராடிக்கொண்டிருந்த மக்கள் அமைதி வழியில்தான் தமது எதிர்ப்பைக் காட்டிக்கொண்டிருந்தார்கள். அன்றைக்கு அது கலவரமாக உருமாறியது. தேசமே பற்றி எரிந்து, இறுதியில பிரதமர் மகிந்த ராஜபக்சே ராஜினாமா செய்தார். அப்போதிலிருந்து ஜனாதிபதி கோட்டாபயவுக்கு என்ன செய்வது என்றே புரியவில்லை. பெரும் பெரும் ராணுவ டாங்கிகளையும் ட்ரக்குகளையும் தலை நகர் முழுக்க பவனி வர வைத்தார். உக்ரைன் யுத்தக் களத்தைப் பார்ப்பது போல இருந்தன அக்காட்சிகள்.

அடுத்த நான்கு நாள்களுக்கு இது தொடர்ந்தது. ராணுவத்தின் துணையுடன் அதிகாரத்தைத் தொடரப் போகிறாரோ என்ற குழப்பம் நிலவியது. கடைசியில் என்ன நினைத்தாரோ, ரணிலை வரவழைத்தார். இத்தனைக்கும் அவரது கட்சியில் இருந்து தேர்வான ஒரே ஒரு பாராளுமன்ற உறுப்பினர், ஆயுள் கால

தலைவர் அவர் மட்டுமே. அவருடன் என்ன பேச்சு என்று பரபரப்பானது அரசியல் களம். கடைசியில் அது நடந்தது.

ஆறாவது முறையாகப் பிரதமராகி இருக்கிறார் ரணில். இலங்கையில் அதிக முறை பிரதமரான சாதனை அவருடையதுதான். என்ன ஒன்று, இம்முறை பட்டாபிஷேகக் கொண்டாட்டங்கள் இல்லை. பதவியேற்புத் தோரணங்கள் இல்லை. பட்டாசு வெடித்துக் கொண்டாட்டங்கள் இல்லை. ஆதரவாளர்களின் 'வாழ்க' கோஷங்கள் இல்லை. ஜெர்மனி வீழ்ந்து போய் ஹிட்லருக்குக் கல்யாணம் நடந்த கலவரப் பொழுதுகளில் ஜோசஃப் கெப்பல்ஸும், திருமணப் பதிவாளரும் மட்டுமே இருந்தது போல ஜனாதிபதி கோட்டாபயவும் அவரது செயலாளரும் மட்டுமே ரணிலுடன் இந்நிகழ்வின்போது உடனிருந்தனர்.

அத்தியவசியப் பொருள்களுக்குத் தட்டுப்பாடு, அதி உயர் பண வீக்கம், பெரு மூச்சுக்கு மேல் பெருமூச்சு விட வைக்கும் விலைவாசி உயர்வு என்று திணறிக் கொண்டிருந்த மக்களின் ஆத்திரம், ஒட்டுமொத்த ராஜபக்சே குடும்பத்திற்கும் எதிராக வளர்ந்து நின்றது. ரணில் மட்டும் அன்று பிரதமர் பதவியை ஏற்றிருக்காவிட்டால் ஜனாதிபதி கோட்டாபய ராஜபக்சே வேறு போக்கிடமின்றி ராஜினாமா செய்து இருப்பார். ஆனால் ரணில் விக்ரமசிங்கே துணிவு கொண்டு இந்தப் பொறுப்பேற்றதன் பின்னணியில் வெறும் தேச நலன் மட்டுமில்லை. சில அரசியல் கணக்குகள் இருக்கின்றன. பல பழிகள் தீர்க்கப்பட இருக்கின்றன.

'டீல்' இன்றி அரசியல் ஏது?

2001ம் ஆண்டின் இறுதிக் காலப் பகுதி அது. பாரிய யுத்தம் நடந்து கொண்டிருந்தது. கட்டுநாயக்க விமான நிலையத்திற்குள் ஊடுருவி புலிகள் ஸ்ரீலங்கன் ஏர்லைன்ஸ் விமானங்களைத் தாக்கி அழிக்க, சுற்றுலாப் பயணிகள் தலை தப்பினால் போதும் என்று தெறித்து ஓடினர். பொருளாதாரம் படுத்த படுக்கையாகி, அரசியல் ஸ்திரமற்ற தன்மை ஏற்பட்டது. இப்போதைய அளவுக்கு ஐசியூ நிலை அல்ல. சாதாரண வார்ட் தான். ஆனால் அப்போதும் இப்போதும் காயப்பட்டு நிற்பது என்னவோ ஒரே உடம்பு.

ஜனாதிபதி சந்திரிகாவின் ஆட்சி ஆட்டம் கண்டது. மணிக்கொரு கட்சித் தாவல்கள் நடக்க, பாராளுமன்றப் பெரும்பான்மையை இழந்த அரசு, தேர்தலுக்குச் சென்றது. எதிர்க்கட்சித் தலைவர் ரணில் பிரதமரானார். பிரதமரானதும் ரணில் செய்த முதல் காரியம் தனக்குச் சமாதானப் புறா இறக்கையைக் கட்டிக் கொண்டது தான்.

புலிகளுடனான பிரசித்தி பெற்ற சமாதான ஒப்பந்தம் கிளிநொச்சியில் கைச்சாத்தானது. அன்று முதல் ஆரம்பமானது மங்காத்தா ஆட்டம். துப்பாக்கி ஏந்தி காடு, ஏரி, குளம் என்று சண்டை செய்து கொண்டு இருந்த புலிகளை அழைத்துக் கொண்டு ஒஸ்லோ, லண்டன், நியூயோர்க், டோக்கியோ என்று உலகம் சுற்றினார். யார் கேட்டாலும் ஒரே பதில். சமாதானம், சமாதானம்.

கிழக்கு மாகாணத்தின் கட்டளைத் தளபதியான கருணா அம்மானின் பிரிவு இக்காலப் பகுதியில்தான் நடந்தது. கருணாவின் கொள்கைகள் எல்லாம் முப்பதாயிரம் அடி உயரத்தில் முதல் கிளாஸ்

விமானங்களின் வாஷ் பேஸன்களில் கழுவித் துடைக்கப்பட்டன. சண்டை எதுவும் போடவில்லை. ஒரு துளி ரத்தம், ஒரு தோட்டா செலவு இல்லை. ஆனானப்பட்ட இயக்கம் இரண்டானது. அதன் பின்னர் நடந்தவை சரித்திரம்.

கருணாவைக் கழற்றி எடுத்தது ரணிலின் அரசியல் வாழ்க்கையில் ஒரு கராத்தே கறுப்புப் பட்டி மாதிரி. ரணில் இப்படித்தான். அவரது ஸ்டைல் இப்படித்தான்.

ராஜபக்சே தரப்பு வயலன்ட் கில்லர்கள் என்றால் ரணில் ஒரு சைலண்ட் கில்லர். கட்சிகளை உடைப்பதும் பிரித்தெடுப்பதும்தான் அவருக்கு உப தொழில். அது சரி, இத்தனை வல்லவர், ராஜதந்திரி என்றெல்லாம் பெயரும் புகழுமெடுத்த இந்த சர்வதேச ஆளுமையின் கட்சிக்கு என்ன நடந்தது?

பழம் பெரும் ஐக்கிய தேசியக் கட்சி இப்படி குறுக்கு சிறுத்துப் போய் அவர் மட்டும் ஒரே ஒரு எம்பியாகப் பாராளுமன்றத்தில் இருப்பது எப்படி? கட்சியை சுடுகாட்டுக்கு அனுப்பியது யார்?

வேறு யாருமே இல்லை. அவரே தான்.

பதினேழு வருடங்கள் ஆட்சி செய்த ஐக்கிய தேசியக் கட்சி 1994ம் ஆண்டு பாராளுமன்றத் தேர்தலில் தோற்று எதிர்க்கட்சியில் உட்கார்ந்த போது 225 மொத்தப் பாராளுமன்ற உறுப்பினர்களில் 94ஐத் தன் வசம் வைத்து இருந்தது. ஐக்கிய தேசியக் கட்சித் தலைவரும் ஜனாதிபதியுமான டீ.பீ விஜேதுங்க ஓய்வை அறிவித்தார். மிச்சமிருந்த கட்சியின் சீனியர் தலைகளை எல்லாம் புலிகள் பரலோகம் அனுப்பி இருந்தனர். ரணில் கையில் கட்சியின் அதிகாரம் சென்றது. எதிர்க்கட்சித் தலைவரானார் ரணில்.

இலங்கையின் ஜனாதிபதி பதவி என்பது தனி மனித சர்வாதிகாரத்தின் ஒரு வடிவம். ஒரே ஒரு நபரிடம் ஒட்டுமொத்த அதிகாரக் குவிப்பும் இருக்கும். 1978ம் ஆண்டு ஜனாதிபதி ஜே.ஆர்.ஜெயவர்தன புதிய அரசியல் யாப்பு என்ற பெயரில் இதை அறிமுகம் செய்தார். ஆணைப் பெண்ணாகவும் பெண்ணை ஆணாகவும் மாற்ற முடியாதே தவிர மற்ற அத்தனையையும் தன்னால் செய்ய முடியும் என்றார் அவர். ரணிலிற்கு மாமா முறை உறவு ஜே.ஆர். அப்போதைய இளம் கெபினட் அமைச்சரான ரணில் கைதூக்கி ஆசீர்வதித்த அரசியல் யாப்பு அது. இந்த நிறைவேற்று அதிகாரம் எதிர் தரப்பிடம் போனபோது ரணிலால் தாக்குப் பிடிக்க முடியவில்லை.

மக்களைக் கவரும்படி பேசி ஆட்சியைப் பிடிக்கத் தேவையான அடிப்படைத் தகிடு தத்தங்கள் எதுவும் எதிர்கட்சித் தலைவரானது முதல் ரணிலிற்கு கைவரவில்லை. இலங்கையின் மற்ற அரசியல் தலைவர்களுக்கு இருந்த கல்யாண குணங்கள் எதுவும் ரணிலிடம் இருக்கவில்லை. குழந்தைகளைத் தூக்கிக் கொஞ்சி போஸ் கொடுக்கமாட்டார். பரம ஏழையின் கழுத்தில் கை போட மாட்டார். பவுத்த மத பீடங்களில் இருந்து ஒதுங்கி இருப்பார். சரளமாகச் சிங்களமும் பேச வராது. மட்டுமல்ல, பொது மக்களிடம் என்ன பேச வேண்டும் என்ற தெளிவும் சற்றுக் குறைவு.

ஒரு முறை பாமர விவசாயிகள் செறிந்து வாழும் பிரதேசம் ஒன்றில் அமெரிக்காவின் அப்போதைய ராஜாங்க செயலாளர் கொண்டலீசா ரைஸ், நோர்வே சமாதான தூதுவர் எரிக் சொல்ஹேய்ம், ஐ.நா சபையின் பிரதானி யசூசி அகாசி பற்றியெல்லாம் விவரித்துக் கொண்டிருந்தார். மக்கள் வெலவெலத்துப் போய் பார்த்துக் கொண்டிருந்தனர். அவர் என்ன பேசுகிறார் என்றே யாருக்கும் புரியவில்லை.

சந்திரிகாவின் ஆட்சிக் காலத்திலும் சரி, மகிந்த ராஜபக்சேவின் ஆட்சிக் காலத்திலும் சரி. நிறைவேற்று அதிகார அரசுகள் தன் முழு மீடியா பலத்தையும் பிரயோகித்து ரணிலை 'ஒரு வேற்றுக் கிரகவாசி' போல மாற்றிப் பாரிய பிரசாரம் செய்தன. ரணில் இந்த மண்ணுக்கும் கலாசாரத்திற்கு சிறிதும் பொருத்தமற்றவர் என்ற பிரசாரம் அமோகமாக வேலை செய்தது.

1997ல் உள்ளூராட்சித் தேர்தல்களில் தோல்வி. 1998,1999ல் மாகாண சபைத் தேர்தல்களில் தோல்வி. 1999ல் ஜனாதிபதி தேர்தல் தோல்வி. 2000ல் பாராளுமன்றத் தேர்தல் தோல்வி. குறைவே இல்லாமல் வரிசையாகத் தோல்விகள். கட்சிக்குள் ரணிலுக்கு எதிரான குரல்கள் வலுத்தன. சிங்கள பவுத்த கோட்டைகளில் ரணிலின் ஆதரவுத் தளம் படிப்படியாக ஆட்டம் காணத் தொடங்கியது. கட்சியின் அடிமட்டத் தொண்டர்கள் சாரி சாரியாகக் கட்சியைக் கைவிட்டு வெளியேறத் தொடங்கினர்.

2001ல் அமைந்த பாராளுமன்றத் தேர்தல் வெற்றியில் ரணிலின் பேய் உழைப்பு எதுவுமில்லை. கூட்டணி ஆட்சியையே அவரால் தர முடிந்தது. மகிந்த ராஜபக்சேவுக்கு பின்னாளில் யுத்தத்தை வெல்லக் காரணகர்த்தாவாக இருந்தவர் ரணில் தான்.

இலங்கைக்கு வெளி நாட்டு உதவிகளைக் கோரிப் பெற்றதில் ரணிலின் பங்கு முக்கியமானது. ஒரு விதத்தில் அவரால்தான் இலங்கை அன்று பொருளாதார மந்த நிலையில் இருந்து மீண்டது. ஆனால் துரதிர்ஷ்டம் என்னவென்றால் இதை எல்லாம் மார்க்கட்டிங் பண்ணும் உத்தி அவருக்குக் கைவரவில்லை. நிறைவேற்று அதிகார ஜனாதிபதி

பதவி சந்திரிகாவிடம் இருந்தது. சந்திரிகாவின் சுதந்திரக் கட்சியும், ஜே.வி.பி என்ற இடதுசாரிக் கட்சியும் கூட்டணி வைத்துக் கொண்டு ரணிலிற்கு எதிராகக் களம் நின்றன. சிங்கள மக்களிடம் அவருக்கு 'புலிகளின் காவலன்' என்று முத்திரை குத்தப்பட்டது. 2004ல் ஜனாதிபதி சந்திரிகா பாராளுமன்றத்தைக் கலைக்க, ரணில் வழக்கம் போல வீட்டுக்குப் போனார்.

ரணிலை ஒரு தீண்டத்தகாத சக்தியாக ஒரு பவுத்த விரோதியாகக் காட்டி அரசியல் செய்த காட்சிகளின் உச்சம் 2005 ஜனாதிபதித் தேர்தலில் நடந்தது. சிங்கள கடும்போக்கு இனவாத சக்திகளுடன் பிக்குகளும் ஓரணியில் திரண்டார்கள். இது இப்படி இருக்க, கருணாவைப் புலிகளிடமிருந்து பறித்தெடுத்ததற்கான பரிசைப் பிரபாகரன் வழங்கினார். 'வடக்கு கிழக்கில் தமிழர்கள் அனைவரும் தேர்தலைப் புறக்கணிக்க வேண்டும்' என்று ஆணையிட்டார். விளைவு, வெறும் ஒரு லட்சத்து எண்பதாயிரம் வாக்குகளால் ரணில் தோற்றுப் போனார்.

2009 முதல் ரணிலின் அரசியல் தளம் மிகக் கடுமையாகச் சிதறுண்டது. யானையை சின்னமாகக் கொண்டிருந்த கட்சி சிறுத்துப் போய் கரப்பான் சைஸிற்கு வந்தது. சிங்கள பவுத்த மேலாதிக்கமே இனி அரசியல் செய்ய விசிட்டிங் கார்ட் போல ஆனது. ராஜபக்சேக்கள் சைனாவிடம் தன்னிஷ்டத்திற்கு கந்துவட்டிக்குக் கடன் வாங்கிக் குவித்தனர். ஊழலும் அராஜகமும் செழித்து இருந்தன. ஆனால் இவை அனைத்தையும் தட்டிக் கேட்கும் பலமே இல்லாமல் ஐக்கிய தேசியக் கட்சி சிதறுண்டு போய் இருந்தது. இந்தக் காலப் பகுதியில் நடந்த எந்தவொரு தேர்தலிலும் வெல்லவே இல்லை.

2015ல் மகிந்த ராஜபக்சே மீண்டும் ஜனாதிபதித் தேர்தலை அறிவித்தார்.2010 தேர்தலின் போது ராணுவத் தளபதி சரத் பொன்சேகாவை பொது வேட்பாளர் என்ற பெயரில் வாடகைக்கு எடுத்த அதே தந்திரத்தையே இம்முறை அவர் வேறுவிதமாகப் பிரயோகித்தார். சுகாதார அமைச்சர் மைத்திரிபால சிறிசேனாவைத் தூக்கி எடுத்தார். சிறிசேனா வென்றார். ரணில் பிரதமரானார்.

சிறிசேனா - ரணில் ஆட்சி, பத்தொன்பதாவது அரசியல் அமைப்புத் திருத்தத்தை பாராளுமன்றத்தில் நிறைவேற்றியது. ஜனாதிபதியின் வரையற்ற அதிகாரங்கள் மட்டுப்படுத்தப்பட்டன. ஆனால் யாரும் எதிர்பாராத வண்ணம் இன்னொரு பிரச்னை வெடித்தது. பிரதமர் ரணிலிற்கும் ஜனாதிபதி சிறிசேனாவுக்குமிடையே அதிகார மோதல்கள் உருவாகின. ரணில் சிறிசேனாவின் கட்சியை முற்றாய் உடைத்துப் போட நினைத்தார். சிறிசேனா ரணிலை விரட்டிவிட்டு தினமும் யாரைப் பிரதமராக்குவது என்ற டென்ஷனிலேயே காலத்தைக் கழித்தார்.

'ராஜபக்சேக்களின் ஊழல்கள் எல்லாம் விசாரிக்கப்பட்டு அத்தனை பேருக்கும் தண்டனை வழங்கப்படும். எந்தப் பெருச்சாளியும் தப்பிப் போகாமல் இருக்க விமான நிலையம் மூடப்படும்' போன்ற ரணிலின் மேடைப் பேச்சுக்கள் வெறும் கண் துடைப்பாயின. ஒரு நல்லாட்சியை அமைப்பதற்கான அத்தனை கதவுகளும் பரஸ்பர குழி பறிப்புக்களால் மூடிக் கொண்டன.

மகிந்த ராஜபக்சே தரப்பு தொடர்ச்சியாகச் செய்து வந்த இன வெறுப்பு அரசியல் சிங்கள மக்கள் மத்தியில் பாரிய அதிர்வை ஏற்படுத்தியது. 2019

ஜனாதிபதித் தேர்தலிலும் தான் போட்டியிடாமல் கட்சியின் பிரதித் தலைவர் சஜித் பிரேமதாஸவை நிற்க வைத்தார், ரணில். ஆனால் சிங்கள பவுத்த வாக்குகளில் எழுபது சதவீதத்திற்கு மேல் கோட்டாபய ராஜபக்சேவுக்குத்தான் விழுந்தன.

இனிமேலாவது கட்சித் தலைமையில் இருந்து ரணில் வெளியேறி ஒதுங்கிக் கொள்ள வேண்டும் என்ற கோஷம் மீண்டும் சூடுபிடித்தது. இதென்ன புதுசு, வெள்ளி விழா காணும் கோஷம் தானே என்று அலட்சியமாக இருந்தார் அவர். தன்னைத் தவிர மற்ற ஆட்களை மாற்றிப் போட்டு கட்சிக்குப் புது ரத்தம் பாய்ச்சிவிட்டதாக வழக்கம் போல அறிவிக்கப் பார்த்தார். ஆனால் இம்முறை கட்சி தூள் தூளானது. பிரதித் தலைவர் சஜித் பிரேமதாஸ தலைமையில் கணிசமான எம்பிக்கள் வெளியேறி 'ஐக்கிய மக்கள் சக்தி' என்ற பெயரில் புதிய கட்சி ஒன்றை உருவாக்கிக் கொண்டு 2020 பாராளுமன்றத் தேர்தலில் போட்டியிட்டு 54 ஆசனங்களைக் கைப்பற்றிக் கொண்டனர். ஐக்கிய தேசியக் கட்சியின் நிலைதான் அந்தோ பரிதாபமானது. ஒரு காலத்தில் ஆறில் ஐந்து பெரும்பான்மைப் பலத்தைக் கொண்டிருந்த கட்சி, ரேடாரிலும் படாமல் மறைந்து போனது. நாற்பத்து மூன்று வருடங்களாகப் பாராளுமன்றத்தைப் பிரதிநிதித்துவப் படுத்திய ரணில் முதன் முதலாக கட்சியின் இதயமான கொழும்பிலேயே தோற்றுப் போனார்.

ஒரே ஒரு தேசியப் பட்டியல் ஆசனம் கிடைத்தது. ஒரு வருடமாக அதற்கு யாரையும் அவர் நியமிக்கவில்லை. அவரிடம் அதைப் பற்றி ஊடகங்கள் கேட்டபோதெல்லாம் தான் நெட்பிளிக்ஸில் சீரீஸ் பார்ப்பதாக சொல்லிக் கொண்டிருந்தார். என்ன

நினைத்தாரோ ஒரு நாள் கோட் சூட் போட்டுக் கொண்டு பாராளுமன்றம் வந்து சபாநாயகர் முன்னிலையில் சத்தியப் பிரமாணம் செய்து கொண்டார்.

பவுத்தர்களின் உணர்வுகளைத் தூண்டி மதவாத அரசியல் செய்யாமல் இருந்தது மட்டுமே ரணிலின் இந்த வீழ்ச்சிக்குக் காரணமல்ல. அவர் முழுக்க முழுக்க பலவீனமான ஒரு தலைவராகவே இருந்தார். அவருக்கு அடித்தட்டு மக்களிடம் பேசும் மொழி தெரியாமல் போனது. ஒவ்வொரு தேர்தலிலும் ஏதாவது சூட்சுமம் செய்து எதையாவது புரட்டி வெல்லப் பார்த்தாரே தவிர அவருக்கென்று ஒரு தனி வழி இல்லாமல் போனது.

'நம்மைப் போன்று ஆடை அணியும் ஒருவர், நுனி நாக்கு ஆங்கிலம், பழுத்த ஜனநாயகவாதி, பெரும் படிப்பாளி, உலகத்துடன் தன்னை அப்டேட் செய்து கொள்ளும் ஒரு ராஜதந்திரி' என்றே ரணிலைப் பல மேற்கு நாடுகளும் ஊடகங்களும் மிகைப்படுத்துகின்றன. 'ரணில் இந்த நாட்டில் பிறந்ததால் யாருக்கும் அவர் அருமை தெரியாமல் போனது. அவர் எங்கோ இங்கிலாந்தில் பிறந்திருக்க வேண்டிய ஒரு ஆத்மா' என்கிறார்கள் எஞ்சியிருக்கும் அவரது ஆதரவாளர்கள் சிலர். ஆனால் ரணிலின் இந்த நவ லிபரல்வாத முகம் எல்லாம் இந்த அண்ட சராசரத்திற்குத்தான். கட்சிக்குள் அவரைப் போன்ற சர்வாதிகாரி எவருமில்லை. காலத்திற்குக் காலம் கட்சியில் சீர்திருத்தம் கோரியோர் எவரையும் அவர் ஒரு பொருட்டாகவே மதிக்கவில்லை. சொந்தக் கட்சிக்குள் எந்த வித ஜனநாயக விழுமியங்களையும் பேணாமல் ஏதோ ஆயுள் காலத் தலைவர் போலத் தான் காலம் முழுக்க இருந்தார்.

தலைமைப் பதவிக்கு ஆபத்து வந்த போதெல்லாம் அவரே நியமித்த செயற்குழு அவரைக் காப்பாற்றிக் கரை சேர்த்தது. கருத்துக் கணிப்பில் தோற்றாலே பதவியை அம்போ என்று விட்டு விட்டு வீடு செல்லும் டேவிட் கெமரூன்களை அவர் டீ.வி இல் மட்டும்தான் பார்த்தார். கட்சி எப்படிப் போனாலும் சரி என்று தன் பதவியைத் தற்காத்துக் கொள்வதிலேயே குறியாக இருந்தார். அவருக்கு ஐரோப்பாவில் இருந்து கிடைத்தது முள்ளு கரண்டியும் சீஸ் பர்கரும் டை கோட்டும் மட்டுமே. உலகத்திற்கு உத்தமன். வீட்டுக்கு அதமன்.

இம்முறை ரணில் பிரதமரானது உலக வரலாற்றில் ஒரு முக்கியமான சம்பவம். ஒரே ஒரு எம்பியைக் கொண்ட கட்சிக்கு இப்படி ஒரு ஜாக்பாட் விழுந்த சரித்திரமே கிடையாது. தவிர, விழுந்த பொருளாதாரத்தை நிமிர்த்தி வைக்கும் பொறுப்பும் இப்போது ரணிலிடம் தரப்பட்டுள்ளது. ஒரே கல்லில் ஒன்பதாயிரம் மாங்காய் அடிக்க வேண்டிய பொறுப்பு.

செய்ய முடியுமா அவரால்?

இழப்பதற்கு இனி ஒன்றுமில்லை என்பதால் இறங்கி அடித்துப் பார்க்க அவர் நினைக்கலாம்.

நாட்டின் முக்கிய வருவாய் இனமான சுற்றுலாத் துறை கிட்டத்தட்ட விழுந்து விட்டது. அத்தியாவசியப் பொருள்களுக்கு இருக்கும் தட்டுப்பாடு, ஊரெல்லாம் நடக்கும் ஆர்ப்பாட்டங்கள், வரலாறு காணாத மின்வெட்டு இதெல்லாம் காரணம். ஒவ்வொன்றாக அனைத்தையும் சரி செய்ய வேண்டும். அதற்குப் பணம் வேண்டும். சர்வதேச நாணய நிதியத்தைக் கேட்டால், முதலில் ஒழுங்கான பொருளாதாரக்

கட்டமைப்பை உருவாக்கிக் காட்டு என்கிறது. பெட்ரோல் லிட்டருக்கு நாநூறு ரூபாய் விற்கிறது இப்போது. அதைக் குறைக்க ஒரு வழியின்றி, முழி பிதுங்கி நிற்கிறார் ரணில்.

இன்றைக்கு ஆர்ப்பாட்டத்தில் இறங்கியிருக்கும் இளைய தலைமுறை சிங்களவர்கள் அத்தனைப் பேரும் இந்தப் பழம்பெரும் அரசியல் பெருச்சாளிகளின் மீது சிறிதும் மரியாதை அற்றவர்கள். இவர்களது ஊழல், சாமர்த்தியக் காய் நகர்த்தல்கள் அனைத்தையும் அவர்கள் அறிவார்கள். அநேகமாக அடுத்த பொதுத் தேர்தலுக்கு முன்னர் இள ரத்தம் நிறைந்த ஒரு புதிய கட்சியே உருவாகும் போலத் தெரிகிறது.

இதெல்லாம் ரணிலுக்கும் தெரியும். ஏன் பேசாமல் இருக்கிறார் என்றால், இப்போதைய முதல் தேவை கோட்டாபய பதவி விலக வேண்டும். அது நடந்தால் மக்கள் சிறிது அமைதி கொள்வார்கள். அந்த அமைதியின் மீது ஏறி நின்றுதான் அடுத்தக் கல்லை எறிய வேண்டும்.

ஒன்றை மட்டும் சொல்ல வேண்டும். ரணில் போன ஜென்மத்தில் பாகிஸ்தான் பிரதமராக இருந்திருப்பார். ஏனெனில், ஐந்து முறை ஆள வந்தும் ஒருமுறைகூட முழுப் பதவிக் காலத்தையும் ஆண்டு அனுபவித்ததில்லை. இது ஆறாவது முறை.

பார்க்கலாம்.

வேடிக்கை பார்க்கும் துறவிகள்

காலிமுகத்திடல் ஆர்ப்பாட்ட பூமியில் அந்தச் சிங்கள இளைஞர் உரையாற்றிக் கொண்டிருந்தார்.

“நாங்கள் இப்போது அனுபவிக்கும் துயரங்கள் யாவும் வடக்கு கிழக்கில் தமிழர்கள் அனுபவித்தவைதான். 1996-இல் நாங்கள் உலகக் கிண்ண கிரிக்கெட் சாம்பியன்கள் என்று சொல்லிக் கொண்டிருந்தோம். அப்போது தமிழர் வாழும் பகுதியில் மண்ணெண்ணெய் ஒரு லிட்டர் முன்னூறு ரூபாய்க்கு விற்பனையாகிக் கொண்டிருந்தது. பெட்ரோல் இல்லை. மின்சாரம் இல்லை. பள்ளிக்கூடங்கள் இல்லை. முறையான தேர்வுகள் இல்லை. அத்தியாவசியப் பொருட்களே கள்ளச் சந்தையில்தான் கிடைத்தன. யுத்தம் முடிந்து இப்போது பதின்மூன்று வருடங்களாகி விட்டது. அதனால் எமக்கு என்ன நடந்தது? வடக்கில் தமிழர்கள் பட்டது சாதாரண வலிகள் அல்ல. அத்தனையும் நாம் இன்று சுமக்கிறோம்.

அன்று, அவர்களின் துயரங்களுக்கு போனஸாக விமானங்களில் குண்டு மாரி பொழிந்தார்கள். நமக்கு இப்போது அதுமட்டும்தான் நடக்கவில்லை. அப்போது ராணுவ வீரர்களைக் கொண்டாடினோம். பூஜித்தோம். எமது வீரர்களின் வீரத்தைப் பறைசாற்றி சுலோகங்கள் எழுதினோம். வாகனங்களில் எல்லாம் ஸ்டிக்கர்களாய் ஒட்டித் தீர்த்தோம். அன்று தமிழர்கள் மீது நீட்டப்பட்ட அதே துப்பாக்கி இன்று நம்மீது திரும்பும் போதுதான் அடக்குமுறையின், அதிகாரத்தின் ஆழ அகலங்கள் எமக்குப் புரிகின்றன. இதோ, இன்னொரு சமூகத்தின் மரண ஓலத்தை உணர முடிகிறது. சுதந்திரத்திற்குப் பின் அமைந்த அத்தனை அரசுகளும் மதம், இனம் பெயரால் அரசியல் செய்துள்ளன.

அன்று தமிழர்களை- சிங்களவர்களின் எதிரியாக்கினார்கள். யுத்தம் முடிந்ததும் அந்தக் கோஷம் காலாவதியானது. பிறகு பிழைப்பு நடத்த புது எதிரிகளை உருவாக்க வேண்டிய நிர்பந்தம். அதற்கு இஸ்லாமியர்கள் பலியானார்கள். சொறியச் சொறிய சுகம் தருமே புரையோடின புண். அது மாதிரி இவர்களுக்கு எந்தக் காலமும் சீழ் படிந்த ஒரு பிரச்னை இருக்க வேண்டும். 74 வருட இந்த சுதந்திர பூமியில் பூஞ்சணம் பிடித்த சிஸ்டத்தை முதலில் ஒழிக்க வேண்டும். இந்த சிஸ்டத்தின் காவலர்களாய் வேடம் கட்டும் பவுத்த சங்கங்களை அம்பலப்படுத்த வேண்டும். இதன் சில துறவிகளே இந்த மாபெரும் பேரழிவின் பங்குதாரர்கள்.''

அந்த இளைஞன் பேச்சைக் கேட்டு கூட்டம் மொத்தமும் கை தட்டி ஆரவாரிக்கிறது. கூட்டம் முடிகிறது. அங்குள்ளவர்கள் அனைவரும் இஸ்லாமியர்களுடன் இணைந்து திடலில்

நோன்பு திறந்தார்கள். உணவுப் பொருள்களையும், பானங்களையும் பரஸ்பரம் கொடுத்து உதவிக் கொண்டார்கள். எப்படியான வானவில் வண்ணக் கோலம் இது? இப்படி ஒன்றை மூன்று வருடங்களுக்கு முன்பு கற்பனை கூட செய்திருக்க முடியாது. இத்தனை தெளிவும் பண்பாட்டு முதிர்ச்சியும் எப்படி ஏற்பட்டது? மேடைக்கு மேடை முழங்கும் இப்படியான ஒப்புதல் வாக்குமூலங்கள் உலகுக்கு எதைச் சொல்கின்றன? மடை திறந்த இந்த மனசாட்சிகள் பாவ மன்னிப்பு கோருகிறதா? அது தற்காலிகமானதா? நிரந்தரமானதா? உண்மையில் இந்த இலங்கைத்தீவு வாசிகள் - குறிப்பாக பெரும்பான்மை சிங்கள சமூகம், ஒரே ராத்திரியில் நல்லடியார்கள் ஆகி விட்டதா? எதுவும் தெரியவில்லை. அனுமன் போலத் தன் நெஞ்சில் ராமர்தான் உள்ளார் என்பதை யாரும் திறந்து காட்ட மாட்டார்கள். ஆனால் மனதளவில் ஒரு மாற்றம் வந்துள்ளது. அது முக்கியமான மாற்றம்.

'பவுத்த மதம் அரசியல் சாசனத்திலிருந்தே நீக்கப்பட வேண்டும். மதச் சார்பற்ற நாடாக இலங்கை பிரகடனப்படுத்தப்பட வேண்டும், புதிய அரசியல்சாசனம் ஒன்று எழுதப்பட வேண்டும்' என்று சிங்கள வீதிகளில் அண்மைக்காலமாக எழும் குரல்களில் வீரியம் இருக்கிறது. அதை சிங்கள இளைஞர்களே எழுப்புகின்றனர். அஸ்கிரி, மல்வத்து, அமரபுர, ராமக்ஞ போன்றவை இங்கே பிரதான பவுத்த பீடங்கள். அவை மூச்சு விடுவதில்லை. ஆழ் மௌனத்தில் இருக்கின்றன.

'இதெல்லாம் எங்கே சாத்தியம். அவர்களாகக் கத்திவிட்டு தானாய் அடங்கி விடுவார்கள்' என்று ஒருவேளை நினைத்து இருக்கலாம்.

இந்த எண்ணத்தை உறுதி செய்வது போல் ஆர்ப்பாட்ட பூமிக்குள் இப்போது ஒரு சில பவுத்த துறவிகள் நுழைந்துள்ளனர். கூடாரமடித்து தங்கி உள்ளார்கள். ராஜபக்சே எதிர்ப்பு சுலோகங்களை எழுப்புகிறார்கள். செல்வாக்கு பெற்ற சில பிக்குகள் அடிக்கடி வருகிறார்கள். 'நாட்டு நலன்' என்று திடீர் மத அனுஷ்டானங்களை நடத்துகிறார்கள். 'யாரும், எவரும் பதவிக்கு வரலாம். ஆனால் அவர்கள் எமது ஆசீர்வாதம் இருந்தால் மட்டுமே செல்லுபடியாவார்கள்' என்று சொல்லாமல் சொல்லிச் செல்வது போல் உள்ளது இக்காட்சிகள்.

இலங்கையில் பெயரளவில் வந்தவர்கள்தான் ஜனாதிபதிகளும், பிரதமர்களும். 'வீட்டோ அதிகாரம்' இன்னமும் இந்த மகா சங்கத்தினர் வார்த்தைகளிலேயே இருக்கிறது. அரசியல் சாசனத்தில் ஒரு திருத்தம் கூட இவர்களின் ஆசி இல்லாமல் நடந்ததாக சரித்திரமில்லை.

இலங்கையில் மிகப் பெரும் பவுத்த எழுச்சிகள் *1956* மற்றும் *2019* ஆண்டுகளில் ஏற்பட்டது. காலங்கள்தான் சுழன்றது. கறுப்பு, வெள்ளைக் கால சிந்தனைகள்தான் நவீன வடிவம் பெற்று வந்துள்ளன.

இலங்கையின் போக்கில் *1956*-ஆம் ஆண்டு என்பது மிகப் பெரிய திருப்புமுனை.'தாராளவாத பொருளாதாரக் கொள்கை, கட்டற்ற ஜனநாயக விழுமியங்கள்' என்று மேலைத் தேச முகம் எடுத்தது. அப்போது இருந்த ஐக்கிய தேசியக் கட்சி ஆட்சியானது பவுத்த தேரர்களை மதிலுக்கு வெளியே வைத்துக் கொண்டது. அரசியலில் அவர்களது குறுக்கீடுகள் வராமல் பார்த்துக் கொண்டது.

1952ம் ஆண்டு ஐக்கிய தேசியக் கட்சித் தலைமையுடன் முரண்பட்டார் பண்டாரநாயக்கா. அவர் பெரும் நிலப்பிரப்புத்துவ கோடீஸ்வரர். கட்சியிலிருந்து வெளியேறி ஸ்ரீலங்கா சுதந்திரக் கட்சியை நிறுவினார். 'எம் மண்ணுக்கும் – கலாசாரத்திற்கும் - பவுத்த மதத்திற்குமேற்ற விதத்திலேயே ஆட்சி அமைய வேண்டும்' என்று சூளுரைத்தார். களனி விகாரை அவருக்குப் பூரண அனுசரணை வழங்கியது. இதுதான் சந்தர்ப்பம் என்று பவுத்த சங்கங்கள் பண்டாரநாயக்கவுடன் கூட்டணி சேர்ந்து கொண்டன.

பண்டாரநாயக்காவின் பிரசாரங்கள், பவுத்தர்களிடம் சூடுபிடித்தது. பிழைப்புக்குத் திண்டாடும் விளிம்புநிலை தொழிலாளிகள் என்று அத்தனை பேரும் பண்டாரநாயக்காவிற்கு பக்கபலமாய் நின்றார்கள். தேர்தல் வந்தது . ஸ்ரீலங்கா சுதந்திரக் கட்சி தீவிர இடது சாரி வடிவம் எடுத்தது.

'ஐக்கிய தேசியக் கட்சிக்கு அளிக்கப்படும் வாக்குகள் ஒவ்வொன்றும் கத்தோலிக்க மதத்தின் சுபீட்சத்திற்கே செல்லும். பண்டாரநாயக்கவுக்கு அளிக்கப்படும் ஒவ்வொரு வாக்குகம் சிங்கள பவுத்தர்களிற்கு சகல சௌபாக்கியத்தையும் பெற்றுத் தரும்' என்று தேரர்கள் வீடுவீடாய் ஏறித் தீவிர பரப்புரை செய்தனர்.

தொடர்ந்து தேர்தலில் வென்று பிரதமரானார் பண்டாரநாயக்க. பதவிக்கு வந்த கையோடு தனிச் சிங்களச் சட்டத்தைக் கொண்டு வந்தார். சிங்கள பவுத்தமதத்தை அரச மதமாக்கினார். களனி விகாரையின் பீடாதிபதி புத்தரக்கித்த தேரர்தான் அப்போதைய கெபினட்டையே தீர்மானித்தார்.

இத்தனைக்கும் பண்டாரநாயக்க ஆக்ஸ்போர்டில் படித்தவர். சட்டப்படிப்பில் பாரிஸ்டர் பட்டம்

பெற்றவர். ஆரம்ப காலங்களில் தமிழர்களின் சுயநிர்ணய உரிமையை ஆதரித்தவர். அரசியல் செய்ய இதை எல்லாம் துறக்க வேண்டியதானது. கடைசியில் சிங்கள பவுத்த சங்கங்களின் கைப்பிள்ளையாகவே மாறிப் போனார்.

இந்நிலையில்தான் வடக்கில் தமிழர் போராட்டங்கள் தீவிரம் பெறத் தொடங்கின. சத்தியாக்கிரகங்கள், வேலைநிறுத்தங்கள் தொடர்ந்தன. அரசுக்கு இது பெரும் சவாலானது. தமிழரசுக் கட்சித் தலைவர் செல்வநாயகத்துடன் ஒரு சமரச ஒப்பந்தத்தைச் செய்து கொண்டனர். இதன் மூலம் தமிழுக்கும், அரச அந்தஸ்து கொடுக்க முயற்சிகள் நடந்தன. அதை பண்டாரநாயக்கவே மேற்கொண்டார். அதற்கு அவர் வளர்த்துவிட்ட சிங்கள பவுத்த தேசியவாதமே எமனாய் மாறியது. சோமராம தேரர் என்பவரால் பண்டாரநாயக்க சுட்டுக் கொல்லப்பட்டார். இதில் என்ன கூத்து என்றால் பண்டாரநாயக்கவின் பேரினவாத அரசியலையே வடிவமைத்தவர் புத்தரக்கித்த தேரர். அவர்தான் இந்தக் கொலையின் ஆலோசகராய் இருந்தார். இந்த இரண்டு தேரர்களுக்கும் உடந்தையாய் இருந்த சிலருக்கும் மரண தண்டனை வழங்கப்பட்டது.

1956-இல் இப்படி ஏற்பட்ட பவுத்த மேலாதிக்க மற்றும் இனத்துவ அரசியல், இலங்கையை பல ஆண்டுகாலம் பின்னோக்கித் தள்ளியது. அப்போதெல்லாம் தமிழர்கள் தனி நாடு கோரி போராடவில்லை. தமது மொழிக்குரிய அங்கீகாரத்தை மட்டும் வேண்டி நின்றார்கள். ஆனால் அதைக் கூட வழங்க பவுத்த பீடங்கள் மனம் வைக்கவில்லை.

பண்டாரநாயக்க கொலையுடன் சற்று அடங்கியிருந்தது சிங்கள பவுத்த மேம்போக்குவாதம்.

அது மீண்டும் 1972-இல் சூடுபிடித்தது. 1972ஆம் ஆண்டு மே மாதம் 22ஆம் தேதி இலங்கை பிரித்தானியாவிடமிருந்து பூரணமாய் விடுதலை பெற்றது. குடியரசாகிக் கொண்டது. அதனால் நாட்டிற்குப் புதிய அரசியல் சாசனம் (யாப்பு) ஒன்றை உருவாக்க வேண்டிய தேவை ஏற்பட்டது. 'கொல்வின் ஆர் டீ சில்வா' என்ற சட்ட மேதையிடம் பொறுப்பு ஒப்படைக்கப்பட்டது. அப்போதைய பிரதமர் ஸ்ரீமாவோ பண்டார நாயக்கதான் அதை ஒப்படைத்தார். ஆனால் அரசியல் அமைப்பை உருவாக்கும் போது பவுத்த பீடங்களின் ஆலோசனையும் முன்மொழிவுகளும் தேவை என்று புது சர்ச்சை கிளம்பியது.

பவுத்த சங்கத்தினர் அதுவரை பத்திரிகையில் எழுதிய பத்திகள் எல்லாம் தூசு தட்டித் திரட்டப்பட்டன. பிரதான நான்கு பீடங்களின் பரிந்துரைகள் சுடச் சுட கெபினட்டில் பரிமாறப்பட்டன. அனைவரும் கால் மடக்கி உட்கார்ந்து சத்தமாய்ப் படித்தார்கள்.

''பவுத்த மதத்திற்கு நிகராக வேறு மதங்களிற்கு இடமளிக்கக் கூடாது. இலங்கை ஒரு பவுத்த ராஜ்ஜியமாய் மிளிர வேண்டும். பவுத்த மகா சங்கத்தினரைப் பாதிக்கும் எந்தச் சட்டங்களும் நிறைவேற்றக் கூடாது. இலங்கையின் ஒரே ஒரு அரச மொழி சிங்களம். அதை அரசியல் யாப்பில் (சாசனத்தில்) தெளிவாய்ச் சொல்லப்படல் வேண்டும். இலங்கையின் ஜனாதிபதி, பிரதமர் ஆகியோர் தூய சிங்கள - பவுத்தர்களாய் இருக்க வேண்டும். அவர்கள் தேசத்தில் ஒற்றையாட்சியை அமல்படுத்த வேண்டும். பிரிவினைக் கோரிகைகளுக்கோ தனி அலகுகளுக்கோ சுயாட்சிக்கோ இங்கே இடமில்லை. பவுத்த கலாசாரத்தைப் பேணிப் பாதுகாப்பது அரசின் கடமையாதல் வேண்டும்.''

இப்படிப்பட்ட பெக்கேஜை விவாதிக்க சிறுபான்மை சமூகத்தைச் சேர்ந்த யாருமே அன்று இருக்கவில்லை. ஆளும் கட்சி, எதிர்க்கட்சி என்ற பேதமின்றி, எல்லா தலைவர்களும் 'பவுத்தமே எங்கள் தேவன்; சிங்களமே எங்கள் ஜீவன்' என்று பாடினார்கள். இறுதியில் தனியொரு மதத்தை அரச சலுகைக்குரிய மதமாகப் பிரகடனப்படுத்தி விட்டார்கள். ஆனானப்பட்ட முதலாவது அரசியல் யாப்பு பவுத்தமயப்படுத்தப்பட்டது.

1977ல் ஜே .ஆர்.ஜெயவர்தன பிரதமர். ஆறில் ஐந்து பங்கு பெரும்பான்மை பலம் அவருக்கு. அரசியல் யாப்பை தூக்கிக் கடாசினார். தன்னிஷ்டத்திற்கு இன்னொரு அரசியல் அரசியல் யாப்பை எழுதிக் கொண்டார். சகல வரங்களும் பெற்ற நிறைவேற்று ஜனாதிபதியாக தம்மை ஆக்கிக் கொண்டார். ஆனால் பவுத்தத்திற்கு கொடுத்த முக்கியத்துவம் மைக்ரோ அளவுக்கும் குறையவில்லை. தனது அரசானது, 'அசோக சக்கரவர்த்தி போல பவுத்தத்தைக் காக்கும்' என்று அறிவித்தார்.

இப்படி எல்லாம் அரசியல் யாப்பிற்குள் புகுத்தப்பட்டதுதான் பவுத்தம். இன்று ஆலவிருட்சமாய் வளர்ந்து வேர்விட்டுக் கிளை பரப்பி நிற்கிறது. அவர்களாய் நினைத்தாலும் நீக்குவது கஷ்டம். இலங்கை அரசியல் யாப்பு மத சார்பற்றதாக திருத்தி எழுதப்பட வேண்டும் என்று புத்தரே எழுந்து வந்து சொன்னாலும் இந்தத் தேரர் படை கேட்காது.

இருக்கட்டும். இன்றைய பிரச்னைக்கு வருவோம். இலங்கை முழுவதும் போராட்டங்கள் நடந்தபடிதான் உள்ளன. தலைநகரில், காலிமுகத்திடலில் போராட்டக்காரர்கள் இரவும் பகலும் நகராமல்

அரசுக்கெதிராகக் கோஷம் எழுப்பியபடியே தான் இருக்கிறார்கள்.ரணில் வந்தபிறகு ஏதோ அற்புதம் நடக்கும் என்று எதிர்பார்த்தவர்கள் கூட அதெல்லாம் இப்போதைக்கு இல்லை என்று முடிவுக்கு வந்துவிட்டார்கள்.

ஒன்று தோன்றலாம். இலங்கை அரசின் அனைத்து நிலைபாடுகளையும் தீர்மானம் செய்யும் இடத்தில் இருக்கும் பவுத்த சங்கங்கள் இம்மாபெரும் பிரச்சினை நேரத்தில் என்ன செய்து கொண்டிருக்கின்றன ?

இப்போதைய நிலையில் 'பசி' தான் எரியும் பிரச்சினை. ராஜபக்சே கும்பலுக்கு எதிராகப் பற்றிக் கொண்ட தீப்பொறியின் அடிநாதமே வயிற்றில் ஏற்பட்ட அடிதான். துறவிகள் எல்லாம் நீண்ட தியானத்திற்குப் போய்விட்டார்கள். ஆனாலும் இங்கு நடப்பதைக் கடைக் கண்ணால் பார்த்துக் கொண்டுதான் உள்ளார்கள். ஏதாவது அதிசயம் நடந்து இலங்கை பழையபடி மாறினால் போச்சு. மறுபடியும் அவர்கள் தியானத்திலிருந்து புறப்பட்டு வந்து விடுவார்கள். மீண்டும் பழைய பல்லவி தொடரும் வாய்ப்புகளே அதிகம்.

இப்படிச் சொல்வதற்கு காரணமிருக்கிறது. பவுத்தத்திற்கும், பவுத்த தேரர்களுக்கும் அரசியல் யாப்பு பெரும் முக்கியத்துவத்தைக் கொடுத்து விட்டது. எனவேதான் கடை நிலை ஊழியர்கள் முதல் ஜனாதிபதி வரை தேரர்களைக் கண்டு எட்டாய் மடிந்து வணங்கி நிற்கிறார்கள். அவர்கள் போதனைகளுக்கு முக்கியத்துவம் கொடுக்கிறார்கள். அவர்களைக் கேள்வி கேட்காமல் நம்புகிறார்கள். கடவுளுக்கு சமனான இந்த அதிகாரம் எவருக்கும் நல்லதல்ல.

சிறு நீரகங்கள் இரண்டும் பாதிக்கப்பட்டு விட்டது. அதற்குப்பின் கால் வீக்கத்தைப் பற்றி கவலைப்படுவானேன். தேவை அவசரமாய் ஒரு மாற்று சிறுநீரகம். அதுதான் இலங்கைக்கும் தேவை. ஒரு பன்மைத்துவ சமூக கலாசார தேசத்திற்கு மதசார்பற்ற புது அரசியல் யாப்பே தேவை. அந்த யாப்பு சட்டவாக்கத்தின் ஆட்சியை உறுதிப்படுத்த வேண்டும். இல்லாவிட்டால் மீண்டும் இனக்குரோதம்தான் எழும். வெறுப்புப் பேச்சுக்கள் புது வன்முறைகளுக்கு வித்திடும். இந்த பவுத்த சங்கங்களின் அநாவசிய தலையீடுகளும் தொடரும். அதில் எந்தவித மாற்றுக் கருத்துமில்லை.

ஜேவிபி: காத்திருக்கும் கொக்கு

1971 ஏப்ரல் 5. புரட்சிக்குத் தேதி குறித்தாயிற்று. தேசம் முழுக்க இருக்கும் அத்தனை போலிஸ் ஸ்டேஷன்களையும் தகர்த்து ஆயுதங்களைக் கொள்ளையடித்து ஒட்டுமொத்த டிபார்ட்மெண்டையும் நிர்மூலமாக்க வேண்டும். புரட்சித் தீ இப்படி எரிந்து கொண்டிருக்கும் போது அராஜகமே தேசிய அடையாளமாய் மாறிவிடும். சிவப்புச் சட்டையுடன் மிச்ச சொச்ச தோழர்கள் செங்கம்பளத் தரையில் நடந்து சென்று பிரதமர் அலுவலகத்தை முற்றுகையிட வேண்டும். ஆட்சி நமதே.

அன்றைய தேதியில் ஜனதா விமுக்தி பெரமுன என்ற தீவிர இடதுசாரி இயக்கம் பிரதமர் ஸ்ரீமாவோ பண்டாரநாயக்கவின் அரசைக் கவிழ்க்கத் தீட்டிய சதி இது. ஆனால் சதியைத் திறம்பட நடத்த முடியாமல் விதி கம்யூனிகேஷன் குளறுபடி என்ற பேரில் வந்தது. ஜனதா விமுக்தி பெரமுனவின் தலைவர் ரோஹன விஜேவீர கச்சேரிக்கு சுபநேரமாக இரவு

பத்து மணியைத் தேர்ந்தெடுத்து இருந்தார். ஆனால் பாதி தோழர்களுக்கு இரவு பகல் குழப்பம் ஏற்பட்டு காலை பத்து மணியைத் தேர்ந்தெடுத்து மஞ்சள் வெயிலில் ஆட்சியைக் கைப்பற்றத் துடித்தனர். அந்தக் காலத்தில் துண்டுச் சீட்டு ஒன்று தான் அத்தனை பேரையும் ஒருங்கிணைக்கும் ஆபத்பாந்தவன். வாட்ஸப்பிலேயே வதந்தி பரவும் போது வெறும் துண்டுச் சீட்டு என்ன செய்யும். அதுவும் எந்தவித தொடர்பாடலுமில்லாமலேயே பங்களாதேஷ் உருவான வருஷம் அல்லவா?

நாடெங்கும் கணிசமான போலிஸ் ஸ்டேஷன்கள் தாக்குதலுக்கு உள்ளாகின. புரட்சியாளர்கள் கைகளில் வேட்டைத் துப்பாக்கியும் யானையை விரட்டும் வெடி மருந்துகளுமே இருந்தன. கட்டைக் காற்சட்டை அணிந்த எம்.ஜி.ஆர் காலத்து போலிஸ் துணையுடன் அரசு தன் ஒட்டுமொத்த இயந்திரத்தையும் திரட்டி கொடூரமாய்ப் புரட்சியை அடக்கியது. கிட்டத்தட்ட பதினைந்தாயிரம் பேர் அமரரானார்கள். ரோஹன விஜேவீரவும் அவரது தோழர் படையும் கைது செய்யப்பட்டனர்.

இப்படி பிசுபிசுத்துப் போன புரட்சி மட்டும் நேரக் குளறுபடி இல்லாமல் சரியாய் அமைந்திருந்தால் இலங்கை பத்திரிகைகள் எல்லாம் பூர்சுவா கோலம் பூண்டு இருக்கும். ஆனால் எது எப்படியோ, இப்போதும் ஒன்றும் மோசம் போகவில்லை. கீரிப்பிள்ளை கடித்த கோழி மாதிரி இருக்கிறது தேசம். ராஜபக்சேகள் எல்லாவற்றையும் வைத்து செய்துவிட்டனர்.

1965ம் ஆண்டு ஜனதா விமுக்தி பெரமுன இலங்கை அரசியலில் ஐக்கியமான போது இரண்டு

மூன்று கம்யூனிஸ்ட் கட்சிகள் இருந்தன. அவை அவ்வப்போது அமையும் அரசுகளுடன் கூட்டணி வைப்பதும் காலை வாருவதுமாய் மகத்தான சேவை செய்துவந்தன. ஆனால் ஜனதா விமுக்தி பெரமுன கம்யூனிசத்தோடு மட்டும் நின்றுவிடாது சிங்கள தேசிய வாதத்தையும் இழுத்துப் போட்டுக் கொள்ள இரட்டை சிம் கார்டு பெற்ற மொபைல் போன் போல ஒரு பளபளப்பு கண்டது. இதில் இன்னொரு முக்கிய விசயம் என்னவென்றால் ஜனதா விமுக்தி பெரமுனவில் அங்கம் வகித்த இளைஞர்களில் பெருவாரியானோர் சிங்கள சமூகத்தில் சாதீய ஏற்றத் தாழ்வுகளால் பின் தள்ளப்பட்ட தென்னிலங்கையைச் சேர்ந்தவர்கள். இந்தியாவில் தலித்துகளைப் போல.

1977ல் பதவிக்கு வந்த ஜே.ஆர் அரசு என்ன நினைத்ததோ தெரியவில்லை. தன் அரசியல் போட்டியாளர் ஸ்ரீமாவுக்கு எதிராகப் புரட்சி செய்யப் போய் சிறையில் அடைக்கப்பட்ட தலைவர் ரோஹன விஜேவீரவையும் உயர் மட்டத் தலைவர்களையும் விடுதலை செய்தது.

அவ்வளவுதான். தினமொரு பிரமாண்டப் பேரணி என்று அமர்க்களமாகியது கொழும்பு. ரோஹன விஜேவீரவிற்கு ஸ்ரீமாவும் ஒன்று தான், ஜே.ஆர் உம் ஒன்றுதான். அவரைப் பொறுத்தவரை இவர்கள் எல்லாம் பிரபுக்கள், பெரும் முதலாளிகள். ஏழைகளை உறிஞ்சிப் பிழைப்பவர்கள்.

1982 ஆம் ஆண்டு நடந்த (முறைகேடுகள் மலிந்த) ஜனாதிபதி தேர்தலில் ஜே.ஆர் ஜெயவர்தன மீண்டும் வெல்ல, ஜனதா விமுக்தி பெரமுன தன் பிரசாரத்தைத் தீவிரப்படுத்தியது. ஒரு கட்டத்தில் ரோஹன விஜேவீர எளிய சிங்கள மக்களின் ஆதர்ச நாயகனாகிப் போக

ஜே.ஆர் அரசு திணறியது. 1983ம் ஆண்டு அரச ஆதரவுடன் தமிழர்களுக்கு எதிராக நாடு முழுக்கக் கட்டவிழ்த்து விடப்பட்ட படுகொலைகளுக்கு ஜனதா விமுக்தி பெரமுன மீது பழியைப் போட்டு அதன் அரசியல் இன்னிங்ஸை அப்படியே பெட்டியில் போட்டு ஆணி அடித்தார் ஜே.ஆர்.

வெறும் தடை செய்தால் எல்லாம் முடிந்துவிடுமா. அரசியல் இயக்கமாகப் பரிணமிக்க வேண்டிய ஜே.வி.பி அப்படியே காடுகளுக்குள் போய் ஒளிந்து கொண்டது. பாப்லோ எஸ்கோபர் கொலம்பிய அரசுக்கு எதிராய்ப் போர் அறிவித்தது போல ரோஹன விஜேவீரவும் 1987ம் ஆண்டு ஜே.ஆர் அரசுக்கு எதிராகப் போர் அறிவித்தார். திரும்பிய இடம்மெல்லாம் 'ஜே ஆரைக் கொலை செய்வோம்' போஸ்டர்கள், கிறுக்கல்கள்.

வடக்கில் தமிழீழ விடுதலைப் புலிகளும், இன்னும் ஏகப்பட்ட இயக்கங்களும் கோலோச்சிக் கொண்டிருந்தன. ‘ஆபரேஷன் பூமாலை’என்ற பெயரில் அரசு வடமராட்சியில் பெரும் சமரை நடத்திக் கொண்டிருந்தது. போரை நிறுத்துமாறு ராஜீவ் காந்தி பல தடவைகள் வேண்டிக் கொண்டார். ஜே.ஆர் அரசு கேட்பதாய் இல்லை. ஒரு கட்டத்தில் இலங்கை வான் பரப்புக்குள் அத்துமீறி நுழைந்த இந்திய விமானங்கள் வட பகுதி முழுக்க உணவுப் பொட்டலங்களைக் கொட்டின. ஆடிப் போனார் ஜே.ஆர். உடனே பவ்யமானார். இலங்கைக்கான இந்திய தூதுவர் தீக்சித் ஜே.ஆருக்கு போதனை அளிக்கும் போதி மரமானார். அதன்பின் இந்தியா சொல்படியே எல்லாம் நடந்தது. மாகாணங்களிற்கு சுயாட்சிக்கு ஈடான அதிகாரங்களை வழங்கும் பதின்மூன்றாவது அரசியல் யாப்புத் திருத்தம்

கொழும்பில் ஜே.ஆருக்கும் பிரதமர் ராஜீவ் காந்திக்குமிடையில் கைச்சாத்தானது. இந்திய அமைதிப் படை வந்தது.

ஜனதா விமுக்தி பெரமுன கொதித்துப் போனது. கம்யூனிஸ்ட் கோட்டைக் கழற்றி சோபாவில் எறிந்துவிட்டு சிங்கள தேசியவாதத்தை அப்படியே கையில் எடுத்தது. சரித்திரத்தில் முதல் முறையாகத் தமிழர் போராட்டத்திற்கு எதிரான பகிரங்க நிலைப்பாடு எடுத்ததோடு அல்லாமல் கண்மூடித்தனமான இந்திய எதிர்ப்பையும் தேசம் முழுக்க சந்தைப்படுத்தியது.

மைசூர் பருப்பைத் தடை செய், பம்பாய் சுடிதாரைத் தடை செய், விகடனைத் தடை செய், குமுதத்தைத் தடை செய், பா.ராகவனைத் தடை செய் (இது நகைச்சுவைக்குச் சொல்லப்படுவதல்ல. உண்மை. மெட்ராஸ் பேப்பர் ஆசிரியரின் பல புத்தகங்கள் பல்வேறு காலக்கட்டங்களில் இலங்கையில் வைத்திருப்பதே சிக்கலுக்குரியதாக இருந்திருக்கின்றது).

ஜே.ஆர் போனார். பிரமேதாஸ வந்தார். இந்திய அமைதிப் படையைத் தேர்தல் வாக்குறுதியின் பிரகாரம் வெளியேற்றினார். இதன் மூலம் ஜனதா விமுக்தி பெரமுன தன் மீது கட்டற்ற காதலில் விழும் என்று எதிர்பார்த்தார். ஆனால் பிரேமதாஸவை முட்டாள் என்று நினைத்துத் தப்புக் கணக்குப் போட்டது ஜனதா விமுக்தி பெரமுன. தன் இரண்டாவது புரட்சியைத் தொடங்கிவிட்டதாகப் பதிலுக்கு அறிவித்தது.

தென்னிலங்கை எங்கும் அரசாங்கக் கட்சி ஆதராவாளர்கள், எதிர்க் கட்சி ஆதரவாளர்கள்,

மகாணசபை, நகர சபை உறுப்பினர்கள் என்று வகை தொகை இல்லாமல் கொல்லப்பட்டார்கள். அரச சட்டம் எதுவும் செல்லாது. ஜனத விமுக்தி பெரமுன வைத்தது தான் சட்டம் என்று ஆனது.

அதன் பின்னர் நடந்து முடிந்தது தான் கோரம். பாதுகாப்பு அமைச்சர் ரஞ்சன் விஜயரட்னவிடம் ஆட்டத்தை முடித்து வைக்குமாறு பணித்தார் பிரேமதாஸ. ரோஹன விஜேவீர உட்பட அறுபதாயிரம் போராளிகள் மாண்டு போனார்கள். பல்லாயிரம் கோடிகள் பெறுமதியான அரச தனியார் சொத்துக்கள் அழிந்து போயின. சிங்கள அரசு அதன் சொந்த மக்களையும் கொல்லும் என்று உலகத்திற்கு நிரூபித்த சந்தர்ப்பம் இது.

ஜனதா விமுக்தி பெரமுனவின் வரலாற்றைப் பேசும் போது இந்த ப்ளாஷ் பெக் தான் மின்னலாய் வெட்டி மறையும். இன்றளவிலும் அதற்கு முழு அதிகாரத்தைப் பெறுவதற்கோ அல்லது கணிசமான அளவு பாராளுமன்ற உறுப்பினர்களைப் பெற்றுக் கொள்வதற்கோ பெரும் இடையூறாய் இருக்கின்றன அதன் முன்னைய தலைமுறையின் அரசியல் தீர்மானங்களும் அதனால் ஏற்பட்ட பேரழிவுகளும்.

*1994*ம் ஆண்டு மீண்டும் தன் சாம்பல்களை எல்லாம் திரட்டிக் கொண்டு கட்சி அரசியலுக்குள் நுழைந்தது ஜனதா விமுக்தி பெரமுன. பொதுமக்களுக்கு ஏற்பட்ட அசௌகரியங்களுக்குப் பாவப் பிராயச்சித்தம் தேடிக் கொள்வதாய் அறிவித்தது. இனி ஒரு போதும் இப்படியான ஜனநாயக விரோத ஆட்சிக் கவிழ்ப்பில் ஈடுபடுவதில்லை என்றவாறு தேர்தல் மேடைகளில் ஏறியது.

1994ல் வெறும் ஒரே ஒரு பாராளுமன்ற உறுப்பினருடன் அதன் பயணம் ஆரம்பமானது. 1999ம் ஆண்டு ஜனாதிபதி தேர்தலில் அதன் வேட்பாளர் நான்கு சதவீதம் வாக்குகள் பெற்றார். 2000ம் ஆண்டு பாராளுமன்றத் தேர்தலில் பத்து உறுப்பினர்களையும் 2001 தேர்தலில் பதினாறு உறுப்பினர்களையும் பெற்றுக் கொண்டது. பிரதமர் ரணில் விக்ரமசிங்க அரசிற்கும் புலிகளுக்குமிடையில் நடந்துகொண்டிருந்த சமாதானப் பேச்சு வார்த்தைகளிற்கு எதிராய் சிங்கள கிராமங்கள் எங்கும் பெரும் பிரசாரத்தை மேற்கொண்டது. எதிர்க் கட்சியான ஸ்ரீலங்கா சுதந்திரக் கட்சியுடன் கூட்டணி சேர்ந்து கொண்டு ஜனாதிபதி சந்திரிக்காவை கிட்டத்தட்ட ப்ளக் மெய்ல் செய்து ரணில் ஆட்சியைக் கவிழ்த்தது ஜனதா விமுக்தி பெரமுன.

2004 தேர்தலில்தான் ஜனதா விமுக்தி பெரமுனவிற்கு கிட்டத்தட்ட வசந்தம் வந்தது போல இருந்தது. முப்பத்தொன்பது பாராளுமன்ற உறுப்பினர்கள் தேர்வானார்கள். 2005 ஜனாதிபதித் தேர்தலில் மகிந்த ராஜபக்சேவை ஆதரித்தது. ஜனதா விமுக்தி பெரமுன மட்டும் அன்று இல்லாவிட்டால் இன்று மகிந்த ராஜபக்சேவும் இல்லை. கோட்டாபயவும் இல்லை. இந்தப் பஞ்சமும் இல்லை. தட்டுப்பாடும் இல்லை.

'புலிகளுடன் எந்தப் பேச்சுவார்த்தையும் சரிவராது. சண்டை ஒன்றே சுபீட்சமான தீர்வு' என்று ராஜபக்சேக்களுக்கு தொடர் அழுத்தம் கொடுத்தது ஜனதா விமுக்தி பெரமுன தான். கடைசியில் என்ன நடந்தது என்றால் இத்தனை நாளாய் ஜனதா விமுக்தி பெரமுனவின் அடையாளமாய் இருந்த சிங்களத் தேசியவாதத்தை அப்படியே ராஜபக்சே குடும்பம் அதற்கு இன்னும் குடுமி வைத்து அலங்காரம் சூட்டி

தன் அரசியல் இருப்புக்கான ஊதுகுழலாக்கிக் கொண்டது.

ஜனதா விமுக்தி பெரமுனவுக்கு ஒரு யோகம் உண்டு. அதன் பிரசாரங்களுக்குக் கூட்டம் அலைமோதும். மேடைப் பேச்சுக்கு என்றே பிறவி எடுத்தவர்கள் போல ஒவ்வொருவரினதும் பேச்சுக்கள் ஒவ்வொரு ரகத்தில் இருக்கும். ஆனால் சனம் ஓட்டுப் போடாது. 2015 பாராளுமன்றத் தேர்தலில் ஆறு உறுப்பினர்களையே அதனால் பெற முடிந்தது. 2019 ஜனாதிபதி தேர்தல்,2020 பாராளுமன்றத் தேர்தல்களில் கோட்டாபய மகிந்த ராஜபக்சே கூட்டணியின் சிங்கள இனவாதத்திற்கு முன்னால் ஈடுகொடுக்க முடியவில்லை.

இன்று வெறும் மூன்றே மூன்று பாராளுமன்ற உறுப்பினர்களைவைத்துக்கொண்டு தேசம்முழுவதும் ஒரு கலக்கு கலக்கிக் கொண்டு இருக்கிறது ஜனதா விமுக்தி பெரமுன. மாறி மாறிப் பிரதான கட்சிகளுக்கு வாக்களித்த மக்களிடம் பெரும் சலிப்பு எஞ்சி இருக்கிறது. 90களிற்குப் பிறகு பிறந்த தலைமுறையும் ஜனதா விமுக்தி பெரமுனவின் பின்னால் அள்ளுண்டு சென்று கொண்டிருக்கிறது. இதை எல்லாம் தனக்கு சாதகமாகப் பயன்படுத்திக் கொண்ட ஜனதா விமுக்தி பெரமுன சுதந்திரத்திற்குப் பின்னரான இந்த 74 வருட ஒட்டுமொத்த சிஸ்டத்தையே காயடித்துத் தொங்கவிட்டுக் கொண்டிருக்கிறது. ஆனால் படு சூட்சுமமாய் 2000ற்குப் பின்னரான இலங்கையின் அரசியலில் கூட்டணி என்ற பெயரில் தான் பதித்து வைத்த தீமையின் தடங்களை இடது கையால் மறைத்துக் கொண்டுமிருக்கிறது.

தேசம் இப்போது படு வங்குரோத்து நிலையில் இருக்கிறது. ஜூலை 10ம் தேதி வரை

அத்தியாவசியத் தேவைகளைத் தவிர எந்தவித தனிநபர் வாகனங்களுக்கும் பெட்ரோலோ டீசலோ வழங்கப்படமாட்டாது என்று அறிவிக்கப்பட்டு இருக்கிறது. பிரதமர் ரணில் ஜோசியராக மாறி இருக்கிறார். அடுத்த வாரம் கடும் கஷ்டம் என்கிறார். அதற்கடுத்த வாரம் பஞ்சம் என்கிறார். பட்டினி என்கிறார்.

இதெல்லாம் இப்படி இருக்க கோட்டாபயவை விரட்டியடிக்கும் கடைசிப் போராட்டத்திற்கு எம்மோடு ஒத்துழையுங்கள் என்று ஜனதா விமுக்தி பெரமுன அறைகூவல் விடுத்து இருக்கிறது. திகிலும் பீதியும் கைகோர்த்துக் கொண்டு திட்டுத் திட்டாய்ப் பரவி இருக்கும் இந்த வாழ்க்கையில் மக்களுக்கு ஒரு மீட்பர், தேவ தூதுவர், ஒரு கருணையாளன், ஒரு மனிதாபிமானி தேவைப்படுகிறார். மீட்பரும் காப்பரும் இந்த சிஸ்டத்துக்குள் எந்தளவுக்குச் சாத்தியம் என்று தெரியவில்லை.

எது எப்படியோ ஜனதா விமுக்தி பெரமுன தன் அரசியல் விதைகளை ஆழமாய்த் தூவிக் கொண்டிருக்கிறது. முன்னைய நாள்களில் வெறும் பிரசாரத்தைக் கேட்டுவிட்டு ஓட்டுப் போடாமல் போனது போல இம்முறை நடக்காது என்று ஒரு அபிப்பிராயம் பரவிக் கொண்டிருக்கிறது. ஏனென்றால் மக்கள் விரக்தியடைந்திருக்கிறார்கள்.

மோசமான விளைவுகள் யாவும் விரக்தியில் இருந்து பிறப்பவையே.

பிசிக்ஸ் வகுப்புக்கு வந்த பரமார்த்த குரு

என் மக்களுக்கு எரிபொருள் வழங்க முடியாது என்று உலகத்தில் பிரகடனப்படுத்திய ஒரே நாடு என்ற சாதனையை இலங்கை பதித்தது. 'ஜூலை மாதம் 22ம் தேதி வரை எந்த எரிபொருள் கப்பலும் நாட்டிற்குள் வராது' என்று பிரதமர் ரணிலின் அறிவிப்பு வெளியாகி, நிலைமை படு மோசமான கட்டத்தை எட்டியிருக்கிறது. பொதுப் போக்குவரத்து ஒட்டுமொத்தமாய் செத்துப் போய் இருக்கப் பள்ளிகள் எல்லாம் காலவரையின்றி மூடுவிழா கண்டிருக்கின்றன. கொழும்பில் இருக்கும் வெளிநாட்டுத் தூதரகங்கள் கடையை நிரந்தரமாய் சாத்திக் கொண்டு வெளியேறுவது பற்றி யோசித்து கொண்டு இருப்பதாக மேல்மட்டத் தகவல்கள் தெரிவிக்கின்றன.

மருந்துப் பொருள்கள் இல்லை, காஸ் இல்லை, மின்சாரம் இல்லை, என்று நீள்கிறது இல்லைகளின் அணிவகுப்பு. அத்தியாவசியக் காரணங்களுக்காக அல்லாமல் யாரும் வீணாகப் பயணங்கள் செய்ய

வேண்டாம் என்று அரசு வேண்டி நிற்கிறது. அத்தியாவசியக் காரணங்களுக்காக அல்லாமல் யாரும் சாக வேண்டாம் என்று சொல்லி இருந்தாலே உண்மையில் சாலப் பொருத்தமாய் இருந்து இருக்கும். ஏனென்றால் சவப் பெட்டிகளை விற்பனை செய்பவர்கள் அமரர் ஊர்திகள் கிடைக்காமல் மாட்டு வண்டிகளில் பெட்டிகளை ஏற்றி அனுப்பும் பேரவலம் வேறு நடந்து கொண்டிருக்கிறது.

கோட்டாபய அரசு வெறும் இரண்டு வருடத்தில் மக்களை டைம் மெஷினில் ஏற்றி இரு நூற்றாண்டு பழமையான ஒரு யுகத்திற்கு இலவசமாய் அழைத்துச் சென்றதை இன்னமும் பெரும்பான்மை சிங்கள சமூகத்தால் ஜீரணிக்கவே முடியவில்லை. சிங்கள பவுத்தத்தின் மீட்பராக, பேரரசர் அசோகர் லெவலுக்கு மீடியா எங்கும் வர்ணிக்கப்பட்ட கோட்டாபயவின் பிம்பம் இன்று கிழிந்து தொங்குகிறது. சரித்திரத்தில் தாம் இப்படி ஏமாற்றப்பட்டதே இல்லை என்று புலம்பியவாறு பாதி சனம் தேவாலயங்களில் தேங்காய் உடைத்து வேண்டுதல் நடத்திக் கொண்டிருக்கிறது.

இது இப்படி இருக்க, தமிழர் தரப்பில் தற்போதைய அரசியல் ஸ்திரமற்ற தன்மை, மற்றும் பொருளாதார எரிமலை வெடிப்பு தொடர்பாகக் கலவையான கருத்துகள் நிலவுகின்றன.

முப்பது வருஷப் போராட்டங்களைச் சுமந்த இனம், மொழியால், இன வெறியால் வஞ்சிக்கப்பட்ட இனம், மாறி மாறி வந்த ஆட்சியாளர்களால் அடக்குமுறைகளுக்கு ஆளான இனம், பல பில்லியன் டாலர் மதிப்புள்ள சொத்துகளை இழந்த இனம், இலட்சக்கணக்கான மக்களைப் போர் என்ற பெயரில்

பலிகொடுத்த இனம், உலகத்திற்கு அதிகளவு அகதிகளை உற்பத்தி செய்த இனம்.

யூதர்களுக்கு ஹிட்லர் எப்படியோ அப்படித்தான் வடக்கு கிழக்குத் தமிழர்களுக்கு ஒட்டுமொத்த ராஜபக்சே குடும்பத்தினரும். *2015*ம் ஆண்டு நடந்த ஜனாதிபதித் தேர்தலில் ஒவ்வொரு தமிழர் தொகுதியிலும் குறைந்தபட்சம் இருபதாயிரம் வாக்குகளுக்கு மேல் வித்தியாசத்தில் மகிந்த ராஜபக்சே தோற்றுப் போனார். கடைசியில் இந்த சிறுதுளி எல்லாம் பெரும் புயலானது. மகிந்த ராஜபக்சேவை ஜனநாயக ரீதியாகத் தோற்கடித்து கரும்புள்ளி குத்தியதில் தமிழர்களின் பங்களிப்பு அபாரம். பின்னாளில் இதுவே இனவாதக் கோஷம் உச்சம் பெற்று ராஜபக்சேக்கள் மீள எழவும் காரணமானது.

நிற்க. கொழும்பு காலி முகத் திடலில் 'கோட்டா கோ ஹோம்' என்று முழு நாடும் சொல்லத் தொடங்கி இப்போது மூன்று மாதங்கள் ஆகின்றன. ஆனால் தமிழர் தரப்பு ஒரு தசாப்தத்திற்கு முன்பே தெளிவாய்ச் சொல்லத் தொடங்கிவிட்டது. 'உங்களுக்கு ராஜபக்சே குடும்பம் பெரும் வீரர்களாய்த் தெரிந்தபோது, தேசத்தை மீட்க வந்த தேவதைகளாய்த் தெரிந்தபோது எங்களுக்குக் கொடூரர்களாகவே தெரிந்தார்கள்.'

தமிழ் தேசியக் கூட்டமைப்பு, எதிர்க்கட்சிக் கூட்டணியோடு மந்திராலோசனை நடத்தி வருகிறது. ராஜபக்சே நிருவாகத்தை ஒட்டுமொத்தமாய்த் தூக்கி எறியும் நாளை அறிவிக்கவுள்ளதாக ஒன்றுபட்ட எதிர்க்கட்சிகள் அறிவித்து இருக்கின்றன. ஆனால் கூட்டமைப்பில் இருந்து பிளவுபட்டுப் பிரிந்த கஜேந்திர குமார் பொன்னம்பலத்தின் தமிழ்

தேசிய மக்கள் முன்னணி இது பற்றி எந்தவித அபிப்பிராயமுமின்றி இருக்கிறது.

'நாங்கள் *1996*ம் ஆண்டிலேயே லீட்டர் மண்ணெண்ணெய் முந்நூறு ரூபாவிற்கு வாங்கி கையோடு ஐம்பது ரூபாவிற்குத் தீப்பெட்டியும் வாங்கினோம். யாழ் குடா நாடு பார்க்காத பொருளாதாரத் தடையா? யுத்தத்தின் பெயரால் எத்தனை அனுபவித்தோம்? எங்கள் குழந்தைகள் ஷெல் வெடிக்கும் மிதி வெடிக்கும் சிக்குண்டு மாண்டு போய்க் கொண்டு இருந்த போது அவர்கள் யுத்த வெற்றிக் களிப்பில் தேசியக் கொடியுடன் சொகுசு வாகனங்களில் வந்து இறங்கி இதே காலிமுகத்திடலில் வடை சாப்பிட்டுக் கொண்டிருந்தனர். எங்களது அழுகை அவர்களுக்குப் பேருவகையாய்த் தெரிந்தது. இந்தத் தட்டுப்பாடுகளுக்கோ, பசி பஞ்சத்திற்கோ புதியவர்கள் அல்ல நாங்கள். தமிழராய்ப் பிறந்ததற்குப் பிறவிப் பயனாய் இதைத்தானே காலாகாலமாய் அனுபவித்தோம்? இப்போது சிங்கள தேசம் தன் முட்டாள்தனங்களுக்கு விலை தருகிறது. இது நமது பிரச்னை அல்ல. சிங்களவர்களே இந்த ஆட்சியைக் கொண்டு வந்தார்கள். அவர்களாகவே பார்த்துக் கொள்ளட்டும்' என்கிறது தமிழ் தேசிய மக்கள் முன்னணி.

இந்த சிஸ்டம் சேஞ்ச் கோஷங்கள், சிங்களத் தரப்புக்கு ஆண்டவனாய்ப் பார்த்து நல்ல புத்தியைக் கொடுத்ததால் ஏற்பட்டதல்ல. கோட்டாபய அரசு, பதினைந்து சதவீதமாய் இருந்த வாட் வரியை எட்டு வீதமாய்க் குறைக்காமல் இருந்தால்? ரசாயணப் பசளைகளை தடை செய்யாமல் இருந்தால்? சர்வதேச நாணய நிதியத்தை *2020*லேயே நாடி இருந்தால்? எல்லாவற்றிற்கும் மேலாய்

கொஞ்சமாவது ப்ளஸ் டூ மாணவனின் அளவுக்காவது பொருளாதாரம் தெரிந்த ஒரு டீம் ஒன்று அவரைச் சுற்றி இருந்து இருந்தால், நாடு எப்படியோ அதன் வழக்கமான அவலட்சணங்களுடனும் அங்க லாவாண்யங்களுடனும் ஓடிக் கொண்டு தான் இருந்திருக்கும்.

ஆனால் அவருக்கு எதுவுமே புரியவில்லை. இனத்தை மதத்தை வைத்து அரசியல் செய்யும் ஆசை கொள்ளை கொள்ளையாய் அவரிடம் இப்போதும் இருக்கிறது. இருந்தாலும் துளியூண்டு நிர்வாகம் தெரியாமல் எப்படிச் செய்வது? அல்பர்ட் ஐன்ஸ்டீனின் பிசிக்ஸ் வகுப்புக்கு வந்த பரமார்த்த குரு மாதிரி இருக்கிறார் அவர்.

கோட்டாபய உட்பட இந்த அரசின் மீதான வடக்கு கிழக்கின் பார்வை எப்போதுமே ஒன்றுதான். 'இவனை அடித்தும் பார்த்தாச்சு, அவிழ்த்தும் பார்த்தாச்சு. இனி உங்க இஷ்டம்' ரகம். ஆனால் ஆர்ப்பாட்டங்கள் உச்சத்தில் இருக்கும் கொழும்பு இதற்குத் தலை கீழ். கொழும்பில் பெருவாரியான தமிழர்கள் மிகுந்த உற்சாகத்துடன் போராட்டங்களில் குதித்திருக்கின்றனர். பல்லாண்டுக் காலமாய் கொழும்பில் வாழும் தமிழர்களிற்கு சிங்கள மொழி சரளமாய் வரும். நகர வாழ்க்கையில் சிங்களவர்கள் அனுபவிக்கும் அத்தனை நரக வேதனைகளும் அவர்களுக்குமிருக்கின்றன. அத்தனை கவலைகளும் இருக்கின்றன. அத்தனை இல்லாமைகளும் இருக்கின்றன. கரண்டும் காஸும் இல்லாத அப்பார்ட்மெண்ட் வாழ்க்கையில் கதவைச் சாத்திக் கொண்டு வீட்டுக்குள் என்ன செய்வார்கள் அவர்கள்? கடைசியில் வீதியில் நிற்கிறார்கள்.

காலிமுகத் திடல் எங்கும் தமிழ் சமூக ஆர்வலர்களும், ஊடகவியலாளர்களும் கூட்டத்தோடு கோவிந்தா என்று குவிந்ததால் எத்தனையோ விசயங்கள் கவன ஈர்ப்பைப் பெற்றன. வெறும் ஊழலுக்கும் பக்கவாதமாகிப் போன அரச இயந்திரத்திற்குமெதிரான போராட்டம் என்பதை மாற்றியமைத்தனர். சுதந்திரத்திற்குப் பின்னரான இத்தனை ஆண்டுக் கால வலியை, பெருந் துயரைப் பேசிக் கொள்ளும் பெரும் களமாய் காலிமுகத்திடல் மாறியது. தமிழைக் கௌரவிக்கும் முகமாய் தமிழ் மொழியில் தேசிய கீதம் இசைக்கப்பட்டது. அதைவிட முக்கியம், ஜனாதிபதி வாழ்ந்து கொண்டு இருந்த மாளிகைக்கு மிக அருகே அதியுயர் பாதுகாப்பு வளையத்தில் வருடாந்திர மாவீரர் நினைவேந்தல் இம்முறை நடந்து முடிந்தது.

கொழும்பு நிலவரம் இப்படி இருக்க, இலங்கை பொருளாதாரத்தின் முதுகெலும்பாய் இருக்கும் மத்திய மலை நாடு இன்னமும் பேரமைதியாகவே இருக்கிறது. மலையகத் தமிழர்கள் எப்போதுமே வறுமைக் கோட்டிற்கு எட்டடி கீழே இருப்பவர்கள். ஏழைமையைத் தவிர வாழ்க்கையில் எதையும் அவர்கள் பார்த்ததில்லை. தேயிலைக் கொழுந்து பறித்து ஓடாய்த் தேய்ந்து போனவர்கள். நாலைந்து அரசியற் கட்சிகள் இருக்கின்றன. அனைவரும் அவற்றில் புரவலர் சந்தா கட்டியவர்களைப் போல இணைந்து இருக்கின்றனர். அரசின் திரிசங்கு நிலையைக் கண்ட ஸ்ரீலங்கா தொழிலாளர் காங்கிரஸ் அரசிலிருந்து வெளியேறிவிட்டது. ஆக இப்போது அனைத்துக் கட்சிகளும் எதிரணிக் கூட்டில் தான் அடுத்த தேர்தலை சந்திக்க வேண்டும்.

தொழிலாளர்களின் வருவாயின் பெருமளவு மது போதைக்கே விரயமாகிறது. தேர்தல் வந்தால் வழங்கப்படும் இலவசங்களுக்கும் பிரியாணிக்கும் வாக்களித்துவிட்டுப் போகும் போக்கில் இருக்கும் இவர்களிற்கு ராவணன் ஆண்டாலும் ஒன்றுதான். கோட்டாபய ஆண்டாலும் ஒன்றுதான். சிஸ்டம் சேஞ்ச் பற்றியோ, ஊழலுக்கு எதிரான பேரணி அமைப்பது பற்றியோ பேசுவதில் எந்தப் பயனுமில்லை. எந்தளவுக்கு வெள்ளந்தியான மனிதர்கள் என்றால் தினத்துக்கு ஆயிரம் ரூபாய் உயர்வு கேட்டு 2019ல் மிகப் பெரிய வேலை நிறுத்தம் ஒன்றை நடத்தினார்கள். இன்று ஒட்டுமொத்த தேசமும் பிச்சைக்காரக் கோலம் பூண்டு 128 வீத பணவீக்கத்துடன் ஸிம்பாப்வேயிற்கு அடுத்த நிலையில் இருந்தாலும் அந்த ஆயிரம் ரூபாய் வேதன உயர்வு கோரிக்கை நிறைவேறவே இல்லை. ஆனால் அவர்களிற்கு இதைப் பற்றிய எந்தவிதப் பிரக்ஞையும் இல்லை. யூனியன் லீடர் முதல் அரசியல் கட்சித் தலைவர்கள் வரை அனைவரும் கையாலாகாதத்தனத்தின் மொத்த உருவமாய் நிற்கிறார்கள்.

உள்நாட்டு நிலவரம் இப்படி இருக்க, இலங்கையில் இருந்து வெளியேறி உலகம் எங்கும் வாழும் புலம் பெயர் தமிழர்கள் பதின்மூன்று லட்சம் பேர். இவர்கள் ஆளுக்கு நூறு டாலர் நாட்டிற்கு அனுப்பினாலே போதும். 130 மில்லியன் டாலர் அந்நியச் செலாவணி வரும்படி வரும். இரண்டு மாதத்திற்குத் தேவையான எரிபொருள் கையிருப்பையும் தயார் செய்யலாம். ஆனால் புலம்பெயர் தமிழர்கள் எப்படிப் போனாலும் வெளிநாடுகளில் வேலை பார்க்கும் சிங்களவர்கள்கூட இப்போது நாட்டிற்குப் பணம் அனுப்புவதில்லை. அண்மையில் லண்டனைத் தளமாய்க் கொண்டு இயங்கும் ஒரு சில புலம்பெயர் கோடீஸ்வரர்கள்

இலங்கையில் ஒட்டுமொத்த கடனான 52 பில்லியன் டாலரையும் செலுத்தி முதலீடுகளை மேற்கொள்ளத் தயார் என்று பகிரங்கமாய் அறிவித்தார்கள். அரசும் அவர்கள் மீதான தடையை நீக்கி பேச்சுவார்த்தைக்குச் செல்லும் என்றெல்லாம் பெரும் அமளிதுமளி நிலவியது. அந்தப் பக்கம் பதிலுக்கு என்ன நிபந்தனைகள் விதிக்கப்பட்டதோ தெரியவில்லை. விவகாரம் அத்தோடு அமிழ்ந்து போய்விட்டது.

இதே வேளை இஸ்லாமியர்களிடம் இந்த விவகாரங்களைப் பற்றிக் கருத்துக் கேட்டால் ஆட்டோ ஓட்டுபவர் முதல் ஏரோப்ளேன் ஓட்டுபவர் வரை ஒரே பதிலில் 'சாபம்' என்று சொல்கின்றனர்.

2019ம் ஆண்டில் ஆட்சியைப் பெற இஸ்லாமியர்கள் மீது ராஜபக்சேக்களும், மீடியாக்களும் தொடுத்த வன்மம், கொவிட் தொற்றுக்குள்ளான இஸ்லாமியர்களின் பூதவுடல்களை எரித்தது வரை தொடர்ந்தது. கடைசியில் மத்திய கிழக்கு முழுக்க எரியும் விவகாரமானது. இலங்கைக்கு அத்தனை நெருக்கடிகளிலும் வரலாறு எங்கும் துணை நின்ற மத்திய கிழக்கு நாடுகள் அம்போ என்று கைவிடுமளவுக்கு கோட்டாபய ஆட்சி அமைந்தது.

திரும்பத் திரும்ப தான் சிங்கள பவுத்த வாக்குகளால் மட்டுமே ஜனாதிபதியானவன் என்று தம்பட்டம் அடித்துக் கொண்டு சிறுபான்மையை அடக்கி ஆட்சி செய்ய முயன்ற கோட்டாபய ராஜபக்சேவிற்கு 'வீட்டுக்குப் போ' என்று அவரது சொந்த மக்களே சொல்ல ஆரம்பித்து இருக்கின்றனர். ஆனானப்பட்ட பிக்குமார், கோட்டாபயவிற்கு ஒரு வாரத்தில் பதவி விலகுமாறு காலக்கெடு வேறு கொடுத்து இருக்கின்றனர். வயிற்றுப் பசிக்கு முன்னால் சிங்கள பவுத்தமாவது இனப்பற்றாவது?

'தமிழர்கள் நாட்டைப் பிடிக்கப் போகிறார்கள்' என்று பூச்சாண்டி காட்டியவாறே சிங்களத் தலைவர்கள் இதுவரை தம் அரசியலைச் செய்து வந்து இருக்கிறார்கள். 1956ம் ஆண்டு தமிழுக்கும் சிங்களத்துடன் சேர்த்து மொழி அந்தஸ்து கொடுத்து இருந்தாலே பாதி பிரச்னை தீர்ந்து இருக்கும். கடைசியில் ஊதி ஊதிப் பெருப்பித்து முப்பது வருட யுத்தத்தை நடத்தி 200 பில்லியன் டாலர்களை வீணடிக்க வைத்தார்கள்.

'எல்லோரும் தமிழனை அடக்கி வைப்பது எப்படி' என்று யோசித்தே காலத்தைத் தள்ளினார்களே ஒழிய ஒரு பன்மைத்துவக் கலாசாரமிக்க வளமான நாட்டை எப்படிக் கட்டியெழுப்புவது என்று யாருக்குமே புரியவில்லை. 2000ம் ஆண்டுகளிற்குப் பின்னர் சிங்களவர்களிற்கு மேலும் பெரிய பூதமாக பயம் காட்ட இஸ்லாமோபோபியாவும் சேர்ந்து கொண்டது.

இப்போது ஏற்பட்டு இருப்பது வெறும் பொருளாதார நெருக்கடி மட்டும் அல்ல. சீழ் படிந்த சிஸ்டத்தின் பெரு வெடிப்பும் கூட. அது, அரசியல் அனுபவமே இல்லாத கோட்டாபயவின் தலையில் வெடித்தது தான் இங்கே பகிடி.

மாபெரும் மக்கள் புரட்சி

'கோட்டா கோ ஹோம்' என்று தொண்டை கிழியக் கத்தினது எல்லாம் போதும். இனி முடிவைப் பார்த்துவிடலாம்.'

ஜனாதிபதி கோட்டாபய ராஜபக்சேவைத் துரத்தியடிக்க நாள் குறித்தார்கள் காலி முகத் திடல் போராட்டக்காரர்கள்.

'அரசியல் கட்சிகளின் ஆதரவு எதுவுமே தேவை இல்லை 'என்று போராட்டம் செய்து வந்த போராட்டக்காரர்கள் இம்முறை தம் கொள்கையைத் தூக்கி கோல் ஃபேஸ் கடலில் வீசி விட்டுச் சற்று இறங்கி வந்தார்கள்.

ஆரம்பத்தில் பெரும் வீரியமுடன் ஆரம்பமான போராட்டம், இடையில் ஜனதா விமுக்தி பெரமுன போன்ற இடதுசாரிக் கட்சி ஆதரவாளர்களின் முழுக் கட்டுப்பாட்டுக்குள் வந்ததால் ஒரு தேக்க நிலை ஏற்பட்டு இருந்தது. எல்லா வேறுபாடுகளையும் மறந்து ஒரு பொது நோக்கத்தில் ஒன்று கூடுவதற்கு இது பெரும் தடைக்கல்லாய் மாறி இருந்தது.

இம்முறை இந்தச் சிக்கல்கள் எல்லாம் களையப்பட்டன. அனைத்து ஆர்ப்பாட்டக்காரர்களும் அற்புதமாய் ஒன்றுபட்டார்கள். சகல எதிர்க்கட்சிகளுடனும் தொடராய்ப் பேச்சுவார்த்தைகளில் ஈடுபட்டார்கள். அனைவரது லைக்ஸையும் இம்முறை அள்ளிக் கொண்டார்கள்.

சோஷியல் மீடியா முழுக்க இதுதான் பேச்சு. சுவரெங்கும் போஸ்டர்கள். 'ஜுலை 9ம் தேதி, தேசம் முழுவதிலும் இருந்து மில்லியன்களில் பொது மக்களைக் கொழும்பில் குவித்து கோட்டாபயவின் பரமார்த்த குருத்தனங்களிற்கு முடிவு கட்டுவோம்' என்று திட்டவட்டமாய் அறிவிக்கப்பட்டது.

'ஜூலை 22ம் தேதி வரை எந்தவொரு எரிபொருள் கப்பலும் வராது' என்று அறிவிக்கப்பட்ட தேசத்தில் மில்லியன்களில் எப்படிக் கூட்டம் சேர்ப்பது? ஒரு நூறு பேரைக் கூட்டுவது கூட சாத்தியமில்லை என்று எந்த சைத்தானுக்கும் தெரியும். கோட்டாபயவுக்குத் தெரியாதா?

ஆனால் நடந்தது வேறு. ஜூலை 8ம் தேதி இரவு அரசுக்குச் சரியான புலனாய்வுத் தகவல்கள் வந்து இருக்க வேண்டும். கொழும்பின் கேந்திர முக்கியத்துவமிக்க இடங்களைக் குறி வைத்து இரவு 9 மணி முதல் காலவரையற்ற ஊரடங்கு அமல்படுத்தப்பட்டது. இருக்கின்ற எச்ச சொச்ச கையிருப்பு டீசல்களில் ஓடிக் கொண்டிருந்த பஸ் சேவையும் புகையிரத சேவையும் முடக்கப்பட்டன. விதவிதமான ராணுவமும் ட்ரக்குகளும் கொண்டு வந்து குவிக்கப்பட்டன. கொழும்பு நகரம் மினி உக்ரைன் போல மாறியது. அவ்வளவுதான்; கொதித்துப் போனது இலங்கை சட்டத்தரணிகள் சங்கம்.

சரித்திரப் பிரசித்தி பெற்ற 9ம் தேதி உதயமானது. ஊரடங்கிற்கு எதிராய் நீதிமன்றம் போனது சட்டத் தரணிகள் சங்கம். நீதி விலகி நின்று பவ்யமாய் சலாம் கூறி சல்யூட் அடித்து நின்றது. ஊரடங்கை நீக்கினால் மட்டும் போதுமா? கொழும்புக்கு வெளியே இருப்பவர்கள் போக்குவரத்துக்கு என்ன செய்வது? கொழும்பு எங்கும் இன்டர்நெட் சேவைகளின் வேகம் வெகுவாய்க் குறைந்து இருந்தது. தொலைத் தொடர்பு சேவைகளும் மட்டுப்படுத்தப்பட்டன. ஆனால் புரட்சி என்று வரும் போது இன்டர்நெட்டாவது பிஷ் நெட்டாவது?

பிரெஞ்சுப் புரட்சி நடந்தபோது, ரஷ்யப் புரட்சி நடந்தபோது, சைனப் புரட்சி நடந்தபோது யாரிடம் டெலிபோன் இருந்தது? இப்படியே புலம்பிக் கொண்டிருந்தால் வாட்ஸப்பும் வறுமையுமாய் வாழ வேண்டியதுதான். எந்த எந்த வழியில் முடியுமோ அந்தந்த வழியில் காலி முகத் திடலை நோக்கிச் செல்வோம்.

தயாரானார்கள் மக்கள். திமுதிமு என்று மக்கள் கூட்டம் வீதிகளை நிறைத்துக் கொண்டது.

வெளி மாகாணங்களின் பெரு நகரங்களில் இருந்து அத்தியவசியத் தேவைக்காக மட்டும் தினத்திற்கு ஏழெட்டு ரயில்கள் கொழும்புக்கு ஓடிக் கொண்டிருந்தன. ரயில் நிலையங்களுக்குள் புகுந்த மக்கள், ரயில்களை கொழும்புக்கு விடாவிட்டால் தாமாய் எடுத்து ஓட்டப் போவதாக மிரட்டினார்கள். ஒரு புண்ணியவான் கண்டியிலிருந்து கொழும்பு செல்லும் ரயிலின் ஆசனங்களைக் கணித்து முழுக் கட்டணமான ஒன்றரை லட்சத்தையும் செலுத்தினார்.

கொழும்பை அண்மித்த புற நகரங்களிலிருந்து மக்கள் ட்ரக்டர்களிலும், லாரிகளிலும், சைக்கிளிலும், நடந்தும்

பயணத்தை ஆரம்பித்தார்கள். பஸ் வண்டிகளில் மணிக்கு ஒன்று தான் ஓடின. பஸ் வண்டிகளின் கூரைகளையும் மக்கள் விட்டுவைக்கவில்லை.

கோட்டாபயவும் கோவிட்டும் கைகோர்க்க, முன்பு உலகத்தின் பரபரப்பான இருபத்தைந்து துறைமுகங்களில் ஒன்றாய் அடையாளப்படுத்தப் பட்ட கொழும்புத் துறைமுகம் பேரமைதியில் இருந்தது. அதன் வீதிகள் எல்லாம் அதிகாலையில் ஈ காக்கை இன்றி வெறிச்சோடிக் கிடந்தன.

ஆனால் சம்பவங்களில் சரியான திட்டமிடல் இருந்தது. துறைமுகத்திற்கு முன்னால் நிறுத்தி வைக்கப்பட்டிருந்த இருபதடி நீளமான பெரும் பெரும் கண்டெய்னர்கள் திடீர் திடீர் என்று புறப்பட்டு சீறிச் சென்றன. நடந்து வந்து கொண்டிருந்த மக்கள் கூட்டத்தை அள்ளி நிரப்பிக் கொண்டு வந்து காலி முகத்திடலில் சேர்த்தன. அலாவுதீனின் பூதத்தின் நடவடிக்கைகள் போல இருந்தது இந்த ராட்சதத்தனம்.

காலை பதினொரு மணியாகும்போது காலி முகத்திடல் அதன் கொள்ளளவை மீறிய சனக் கூட்டத்தால் திணறியது. ஜனாதிபதி செயலகம் பெரிய எதிர்ப்பு இன்றி வீழ்ந்தது. பகல் ஒரு மணியாகும் போது ஒரு எட்டு நடக்கவே பெரும் சிரமமாய் இருந்தது. மக்கள் அல்ல; பெரும் சுனாமி.

ஜனாதிபதி மாளிகையை நோக்கி சாரி சாரியாய் குவிந்த மக்களிற்கு வழக்கமான நீர்த்தாரைப் பிரயோகம், கண்ணீர்ப் புகை, தடியடி என்று போலிசார் இறங்கி அடிக்க, ராணுவம் சுற்றுப் புற சுவர்களை நோக்கி சுட்டு அனைவரையும் வெருண்டோட செய்யப் பார்த்தது. நூற்றுக்கும் மேற்பட்டவர்கள்

காயமடைந்து மருத்துவமனைகளிற்கு எடுத்துச் செல்லப்பட்டுக் கொண்டிருந்தனர். நிலைமை பெரும் வன்முறையாய் வெடித்துச் சிதறக் கூடிய அபாயம் ஏற்பட்ட போது, 'பொது மக்கள் மீது பலப் பிரயோகம் செய்யக் கூடாது' என்று அமெரிக்க தூதரகம் அறிக்கை விட்டது.

எத்தனை லட்சம் பேரைச் சுடுவது? எத்தனை லட்சம் பேரைத் தடுப்பது? சூரியனை உள்ளங் கையால் மறைக்க முடியுமா? ஜனாதிபதி மாளிகை இருந்த 'சேத்தம் வீதி' முழுக்க நின்று கொண்டிருந்த ராணுவமும் போலிசும் திடீரென்று பின்வாங்கியது. ஒரு சில போலிசாரும் ராணுவத்தினரும் தங்கள் ஹெல்மட்டுகளைத் தூக்கி எறிந்துவிட்டு பொதுமக்களுடன் இணைந்து கொள்ள ஜனாதிபதி மாளிகை வீழ்ந்தது.

புத்தகங்களிலும், டாக்குமெண்டரிகளிலும் திரைப் படங்களிலும் மட்டுமே இலங்கை மக்கள் இதுவரை படித்து, பார்த்து ரசித்து இருந்த அதே மக்கள் புரட்சி கொழும்பிலும் நடந்து முடிந்தது. கோட்டாபய எப்போதோ மாளிகையில் இருந்து வெளியேறி இருந்தார்.

மாலையாகும் போது பிரதமர் ரணிலின் உத்தியோகபூர்வ வாசஸ்தலமான அலரி மாளிகை வீழ்ந்தது. போராட்டக்காரர்கள், 'ரணிலும் பதவி விலகி ஒட்டுமொத்த அரசும் பதவி விலக வேண்டும்'என்றார்கள். ஆனால் அப்போது ரணில் ஸூம் வழியே சர்வ கட்சி மாநாடோ ஏதோ நடத்திக் கொண்டு அரசியல் யாப்பு பற்றிப் பேசிக் கொண்டிருந்தார். 'ரணில் விலகப் போவதில்லை'என்று பிரேக்கிங் நியூஸ் வேறு

வந்து கொண்டிருக்க, ரணிலின் சொந்த வீட்டை நோக்கிப் படையெடுத்த ஆர்ப்பாட்டக்காரர்கள் வீட்டுக்குத் தீவைத்தார்கள். இங்கேயும் காவல்துறை பலமாய் மோதியது. ஊடகவியலாளர்கள் சிலரும் படுகாயமடைந்தனர்.

ரணிலின் விலை மதிப்பற்ற புத்தகங்கள் எரிந்ததாய்ச் சொல்லப்பட்டது. இத்தனை புத்தகங்களைப் படித்த நபர் கோட்டாபய போன்ற ஒருவரின் அழைப்பில் எப்படிப் பிரதமராகினார் என்று புரியவில்லை. ரணில் வீட்டை விட்டுத் தப்பிச் சென்றார்.

ஒரு கல்லைக் கூட பாவிக்காமல் இத்தனை சாத்வீகமாய் நடந்த ஆர்ப்பட்டத்தின் கடைசிக் க்ளைமேக்ஸில் தீ வைத்து சொதப்பியது யார் என்று விவாதங்கள் நடக்கின்றன. இது மக்கள் மத்தியில் அனுதாபத்தை ஏற்படுத்த அரசு பார்த்த வேலை என்று ஒரு சாராரும் இதற்கு ஜனதா விமுக்தி பெரமுன தான் காரணம் என்று இன்னொரு சாராரும் பரஸ்பரம் குற்றம் சாட்டிக் கொண்டு இருக்கின்றனர்.

ஜனாதிபதி மாளிகையைக் கைப்பற்றிக் கொண்ட ஆர்ப்பாட்டக்காரர்களுக்கு முதலில் தலைகால் விளங்கவில்லை. நீச்சல் தடாகத்தில் சோப்பு போட்டுக் குளித்தனர். அடுப்பங்கரைக்குப் போய் சட்டியில் வெண்ணெய்யும் முந்திரியும் போட்டு வதக்கி பேலியோ டயட் ஆசாமி போல ஒருவர் எதையோ சாப்பிட்டார். பிரமாண்டமான கட்டில்களில் ஏறி குத்துச் சண்டை செய்து கொண்டிருந்தது இன்னொரு கும்பல். ப்ரிட்ஜில் இருந்த பீரும் பழங்களும் காலியாகின. இந்த ரகளைகள் எல்லாம் லைவாக உலகம் எங்கும் பரவிக் கொண்டிருந்தன. ஒரு தாடி வைத்த ஆசாமி 'தோழர் லெனின்! நாம்

வென்று விட்டோம்' என்றார். லெலின்களாலும் ஸ்டாலின்களாலும் தேடப்பட்டுக் கொண்டிருந்த இலங்கை ஜார் மன்னன், 'மக்கள் ஆணைக்குக் கட்டுப்படுவதாய் வெறும் மொட்டையாய் அறிவித்த அறிவுப்பு ஒன்று' டீ வி திரைகளில் பிரேக்கிங் நியூஸாக மின்னிக் கொண்டிருந்தது.

ஜனாதிபதி செயலகம், ஜனாதிபதி மாளிகை, அலரி மாளிகை எல்லாம் இப்போது வரை (செவ்வாய் காலை 11.37 மணி நிலவரம்) ஆர்ப்பாட்டக்காரர்களின் கட்டுப்பாட்டில் இருக்கின்றன. பொதுமக்கள் எல்லா வரிசைகளையும் மறந்துவிட்டுக் கண் குளிரப் பார்த்து மகிழ தினமும் வந்து குவிகிறார்கள்.

1978ம் ஆண்டின் அரசியல் யாப்பின் படி ஸ்தாபிக்கப்பட்ட சகல அதிகாரமும் பொருந்திய இலங்கை ஜனாதிபதிப் பதவியானது மைத்திரிபால சிரிசேனா ஜனாதிபதியான போது பத்தொன்பதாவது அரசியல் யாப்புத் திருத்தத்தின் மூலம் அதன் பெருமளவான அதிகாரங்கள் பாராளுமன்றத்திற்குத் தாரை வார்க்கப்பட்டு திருத்தப்பட்டது. ஆனால் கோட்டாபய ராஜபக்சே ஜனாதிபதியாகி பாராளுமன்றத் தேர்தலிலும் மூன்றில் இரண்டு பெரும்பான்மையோடு வென்று இருபதாவது அரசியலமைப்புத் திருத்தத்தின் மூலம் மீண்டும் சகல அதிகாரங்களையும் தனது அண்டாவுக்குள் அள்ளிப் போட்டுக் கொண்டார்.

முப்படைகளின் பிரதானியும் சகல அதிகாரங்களும் பொருந்திய ஜனாதிபதியுமான கோட்டாபயவைத்தான் வெறும் நிராயுதபாணியான மக்கள் துரத்தியடித்து இருக்கிறார்கள். மக்கள் பலம் என்பது எத்தனை பெரும் அதிகார சாம்ராஜ்யத்தையும்

தகர்த்து எறியும் என்பதற்கு இலங்கை ஒரு நவீன பாடம்.

‘அதிகாரமில்லாத ஜனாதிபதி பதவியால் எந்தப் பயனுமே இல்லை. நாட்டைக் கட்டியெழுப்ப விளாடிமிர் புடின் போன்ற ஒரு தலைவர் தேவை. கோட்டாபயவிடம் புடினின் சகல குணங்களும் அம்சமாய்ப் பொருந்தி இருக்கிறது. ஆனாலும் வெறும் புடின் மட்டும் இலங்கையைக் காக்க சரி வராது. மஹாதீர் மொஹமட் போன்ற அறிவுக் கூர்மையும், லீ குவான் யூ போன்ற நிர்வாகத் திறனும் ஜவஹர்லால் நேரு போன்ற நேர்மையான பண்புகளும் கோட்டாபயவிடம் எக்ஸ்ட்ரா பெக்கேஜாக இருக்கின்றன’ என்று தேர்தல் மேடைகளில் ஜால்ராக்கள் அடித்துவிட்டார்கள்.

இத்தனை குணங்களும் ஒருசேர அமையப் பெற்றவர் *'Multiple personality Disorder'* ஆல் அவதிப்படும் அம்பி ஆகத்தான் இருக்கக் கூடும் என்று அப்போது அன்னாருக்கு வாக்களித்த பொதுஜனத்திற்கு ஏனோ தோன்றவில்லை.

எல்லா களேபரமும் ஓய்ந்து சனம் தூங்குவதற்கு இளையராஜாவுடன் தயாராகிக் கொண்டிருந்த போது பதின்மூன்றாம் தேதி நிச்சயம் பதவி விலகுவதாய் சபாநாயகரிடம் கோட்டாபய ராஜபக்சே அறிவித்ததாய் ஒரு செய்தி வந்தது.

கரகோஷத்தாலும் ஆரவாரத்தாலும் ஒட்டுமொத்த கொழும்பும் அதிர்ந்து நின்றது.

ஆனால் மறுநாள் பத்தாம் தேதி இன்னொரு கூத்து நடந்தது. ‘காஸ் சிலிண்டர்கள் வந்து கொண்டிருப்பதாகவும் மக்களுக்கு உடனடியாக வழங்குமாறு தான் ஆணை இடுவதாகவும்’ ஜனாதிபதி

செயலகத்தின் லெட்டர் ஹெட் இல் கோட்டாபய ராஜபக்சேவின் கையொப்பத்துடன் ஒரு அறிக்கை வந்தது.

ஆனானப்பட்ட ஜனாதிபதி செயலகமே போராட்டக் காரர்களின் வசம் இருக்கும் போது யார் இப்படி எல்லாம் அறிக்கை விடுவது என்று பெரும் குழப்பம் ஏற்பட்டது.

ஜனாதிபதி எங்கே இருக்கிறார், என்ன செய்கிறார் என்று யாருக்கும் தெரியவில்லை. அவர் பாதுகாப்பாய் கடலில் கடற்படையினர் மத்தியில் இருக்கிறார் என்று பிபிசி செய்தி வெளியிட்டு இருந்தது. உண்மையில் ஒட்டுமொத்த மக்களும் சேர்ந்து மாளிகையையே கைப்பற்றி துரத்தியடித்த பின்னர் பதின்மூன்றாம் தேதி ராஜினாமா செய்வது என்ற பேச்சுக்கே இடமில்லை. 9ம் தேதியே நல்லடக்கமும் முடிந்துவிட்டது. ஆனால் பதின்மூன்று வரை ஏன் காலக் கெடு என்று யாருக்கும் புரியவில்லை.

கொழும்புத் துறைமுகத்தில் இருந்து இரண்டு பெரும் கப்பல்களில் பெரும் லக்கேஜ்களுடன் யார் யாரோ வெளியேறிக் கொண்டிருக்கும் காட்சிகளையும், கட்டுநாயக்க சர்வதேச விமான நிலையத்தில் நிறுத்தி வைக்கப்பட்டு இருக்கும் விமானமொன்றில் ஏற வாகனத் தொடர் அணி ஒன்று புறப்பட்டு வந்து கொண்டிருக்கும் காட்சிகளையும் திரும்பத் திரும்ப மீடியாக்கள் ஒளிபரப்பிக் கொண்டிருந்தன. இவற்றில் போனது யார் என்று தெரியாது. மகிந்த ராஜபக்சேவும் குடும்பமும் என்ன ஆனார்கள் என்ற விவரமும் இதுவரையில் இல்லை. வதந்திகளும் கட்டுக் கதைகளும் மட்டும் இறக்கை கட்டிப் பறந்து கொண்டிருக்கின்றன.

இதெல்லாம் இப்படி இருக்க, பாராளுமன்றத்தைப் பிரதிநிதித்துவப்படுத்தும் சகல கட்சிகளும் ஒன்றிணைந்து தற்காலிகமாய் ஒரு சர்வகட்சி ஆட்சியை அமைக்கும் பேச்சு வார்த்தைகள் நடைபெற்றுக் கொண்டிருக்கின்றன. சர்வதேச நாணய நிதியம் பொருளாதாரத்தில் பாதாள சாக்கடையில் இருக்கும் இலங்கைக்கு ரெட் நோட்டீஸ் அனுப்பி இருக்கிறது. அவசரமாய் அரசியல் ஸ்திரத்தன்மையை ஏற்படுத்தி ஒன்றுபடுமாறு எச்சரித்து இருக்கிறது.

கோட்டாபய ராஜபக்சே பதின் மூன்றாம் தேதி பதவி விலகினால் இலங்கை அரசியல் சரித்திரத்தில் நிறைவேற்று அதிகாரமிக்க ஜனாதிபதி ஒருவரின் முதல் ராஜினாமாவாக இந்த சம்பவம் பதிவாகும். இதற்கு முன்னர் பதவிக் காலத்தைப் பூர்த்தி செய்யாமல் இறந்த ஒரே ஒரு தலைவர் முன்னாள் ஜனாதிபதி ரணசிங்க பிரேமதாஸ. அவர் 1993ம் ஆண்டு மே முதலாம் தேதி குண்டுவெடிப்பில் பலியானார்.

கோட்டாபயவின் பதவி வெற்றிடமானால் பிரதமர் ரணில் புது ஜனாதிபதி தேர்வாகும் வரை தற்காலிக ஜனாதிபதியாய்ப் பதவி ஏற்க வேண்டும். அவருக்கு பாராளுமன்றத்தில் 113 உறுப்பினர்களின் ஆதரவும் ஒத்துழைப்பும் இருந்தால் பதவியைத் தொடரவும் முடியும்.

ஆனால் பிரதமர் ரணிலும் சேர்ந்தே பதவி விலக வேண்டும் என்ற கோரிக்கை வலுக்கிறது. பெரும்பாலான கட்சித் தலைவர்களும் அழுத்தம் திருத்தமாக ஜனாதிபதியுடன் சேர்ந்து ரணிலும் பதவி விலக வேண்டும் என்று தெரித்து வருகின்றனர். ரணிலும் ராஜினாமா செய்தால் சபாநாயகர் தான் பாராளுமன்றம் கூடி புது ஜனாதிபதியைத் தேர்வு

செய்யும் வரை தற்காலிக ஜனாதிபதியாகப் பதவி வகிப்பார்.

எதிர்வரும் பதினைந்தாம் தேதி பாராளுமன்றம் அவசரமாய்க் கூடுகிறது. பத்தொன்பதாம் தேதி ஜனாதிபதி பதவிக்கு வேட்பு மனு கோரப்பட இருக்கிறது. இருபதாம் தேதி பாராளுமன்றத்தில் ஜனாதிபதி ஒருவரைத் தேர்வு செய்வதற்கான வாக்கெடுப்பு நடக்க இருக்கிறது.

‘கோட்டாபய ராஜபக்சே நாட்டில் இல்லை என்றும் இலங்கைக்குப் பக்கத்து நாடொன்றில் இருப்பதாகவும் பதின் மூன்றாம் தேதி புதன் கிழமை மீண்டும் வந்து உத்தியோகபூர்வமாய் பதவி விலகல் கடிதத்தை வழங்குவார்’ என்றும் சபாநாயகர் சொல்லி இருந்தார். ஆனால் அடுத்த ஒரு மணி நேரத்தில் 'இல்லவே இல்லை. என் வாய் தவறிவிட்டது. கோட்டாபய நாட்டில்தான் இருக்கிறார்' என்றார்.

சபாநாயகர் என்ன ப்ராண்ட் அடித்தாரோ தெரியவில்லை. மிகப் பெரிய நகைச்சுவையாகிப் போனது அவரது இந்த தடுமாற்றம். ஆனால் மறைந்து வாழும் மர்ம பிதா கோட்டாபய ராஜபக்சே தன்னைச் சுற்றி எழுதப்பட்டுக் கொண்டிருக்கும் புனைவுகளுக்கு எந்தப் பதிலையும் இதுவரை வழங்கவில்லை.

ஒரு பக்கம் சர்வ கட்சி ஆட்சி தொடர்பான பேச்சு வார்த்தைகள், அடுத்த ஜனாதிபதியைத் தேர்வு செய்யும் பரபரப்புகள் என்று கொழும்பு அரசியல் சூடு பிடித்து இருக்க, ராஜபக்சே குடும்ப உறுப்பினர்கள் என்ன ஆனார்கள் என்ற தேடலும் தொடர்கிறது.

12ம் தேதி அதிகாலை முன்னாள் பொருளாதார அமைச்சரும், ராஜபக்சே குடும்பத்தின் குல

விளக்குகளில் ஒருவரும் மிஸ்டர் பத்து சதவீதம் என்று செல்லமாய் அழைக்கப்படுபவருமான பசில் ராஜபக்சே எமிரேட்ஸ் விமானமொன்றில் துபாய் வழியாக வாஷிங்டன் செல்ல விமான நிலையம் சென்ற போது பெரும் அமளிதுமளி ஏற்பட்டது.

'பசில் ராஜபக்சேவை விமானத்தில் ஏற்றக் கூடாது' என்று பயணிகள் ரகளை செய்யத் தொடங்க குடிவரவு அதிகாரிகள் ஒதுங்கிக் கொள்ள வேறு வழி இன்றி பசில் விமான நிலையத்தில் இருந்து வெளியேறினார். கோட்டாபய ராஜபக்சே உட்பட எந்த வீ.வீ ஐ.பீக்கும் தாம் சேவை செய்யப் போவதில்லை என்று குடிவரவுத் திணைக்களமம் அறிவித்து இருக்கிறது.

ஏப்ரல் மாதம் 9ம் தேதி ஜனாதிபதி கோட்டாபய ராஜபக்சேவைப் பதவி விலகக் கோரி காலி முகத்திடலில் ஆர்பாட்டம் ஆரம்பமனது. மே 9ம் தேதி பிரதமர் மகிந்த ராஜபக்சே பதவி துறந்தார். ஜூன் 9ம் தேதி பசில் ராஜபக்சே தன் பாராளுமன்ற உறுப்பினர் பதவியை ராஜினாமா செய்தார். ஜூலை 9ம் தேதி ஜனாதிபதி கோட்டாபய ராஜபக்சே பதவியை ராஜினாமா செய்வதாய் அறிவித்தார்.

'அகப்பட்டவனுக்கு அட்டமத்தில் சனி, ஓடிப் போனவனுக்கு ஒன்பதில் குரு' என்று ஒரு பழமொழி இருக்கிறது. ஆனால் கோட்டாபய ராஜபக்சேவைப் பொறுத்தவரை அவருக்கு சனி, குரு, ராகு, கேது எல்லாமே ஒன்பதில்தான். அந்த இலக்கத்தைத் தன் எஞ்சிய வாழ்நாளில் இனி அவர் எப்படி எதிர் கொள்வார் என்று தெரியவில்லை.

உலகம் சுற்றும் வாலிபன் (புதிய காப்பி)

ஜூலை 9ம் தேதி புரட்சி நடந்தது. அதன் பின்னர் ஜனாதிபதி கோட்டாபய ராஜபக்சேவைப் பற்றிய எந்தத் தகவலும் யாருக்கும் தெரியவில்லை. என்னதான் ஆனார்? எங்கே போனார்?

ஒன்பதாம் தேதி சனிக்கிழமை வரலாறு காணாத மக்கள் வெள்ளம் ஜனாதிபதி மாளிகையின் கேட்டை உடைத்துக் கொண்டு உட்புகும் கணத்திற்குச் சற்று முன்னர் வரை அவர் மாளிகையில்தான் இருந்தார். நிலைமை விபரீதமாவதை அறிந்த பாதுகாப்புத் தரப்பினர் நூறு மீட்டர் நீளமான ரகசிய சுரங்கப் பாதை வழியாக கொழும்புத் துறைமுகத்திற்கு அவரையும் அவரது பாரியார் அயோமா அம்மையாரையும் வெளியேற்றினர். அங்கிருந்து கடற்படைக் கப்பலில் ஏறி இருபத்தொரு நாட்டிகல் மைல் தொலைவில் இருக்கும் 'நீர்கொழும்பு' கடலில் நடு மையத்தில் நின்று கொண்டார்.

இந்த நிமிஷம் முதல் கில்லி படத்தில் வரும் விஜய் - த்ரிஷா போல தம்பதியரின் ஓயாத ஓட்டம் ஆரம்பமாகிறது.

அத்தனை ஆர்ப்பாட்டக்காரர்களும் களைத்துப் போய் மாலை வீட்டுக்குத் திரும்பியதும் பழையபடி மாளிகையில் போய் உட்கார்ந்து கொள்வதே அவரது திட்டமாய் இருந்தது. எதிர்க்கட்சித் தலைவர் சஜித் பிரேமதாஸவைத் தொடர்பு கொண்டு பிரதமர் பதவியை ஏற்றுக் கொள்ளுமாறும் ஜனாதிபதியின் சகல அதிகாரங்களையும் பாராளுமன்றத்திற்கு வழங்கிவிட்டு தான் பெயரளவில் வெறும் டம்மி பீஸாய் இருக்கப் போவதாகவும் கூறினார். ஆனால் அவர் அதை மறுத்துவிட்டார். கோட்டாபயவுக்கு நிலைமையின் விபரீதம் சுத்தமாய்ப் புரியவில்லை என்பதற்கு இந்த உரையாடலைத் தவிர வேறு சாட்சி தேவை இல்லை.

முப்படைகளின் பிரதானியும் ஏழாவது நிறைவேற்று அதிகாரம் கொண்ட ஜனாதிபதியுமான கோட்டாபய ராஜபக்சே ஒரு முழு நாளைக் கடலில் கடத்தினார். இதற்கு மேல் இந்தப் பதவியைத் தொடரத்தான் வேண்டுமா என்று அவருக்கே தோன்றி இருக்கக் கூடும்.

கோட்டாபய ஜனாதிபதித் தேர்தலில் போட்டியிட முன்னர் அரசியல் சாசனத்திற்குக் கட்டுப்பட்டு தனது அமெரிக்கப் பிரஜா உரிமையை நீக்கிக் கொண்டவர். ஆனால் முழுக் குடும்பத்திற்கும் அமெரிக்கப் பிரஜா உரிமை இன்னமும் இருக்கிறது. 'பழைய காதலி தான். இருந்தாலும் இந்நெருக்கடியில் கைவிடமாட்டாள்' என்ற நினைப்பில் அமெரிக்க தூதரகத்தை அணுகினார். அவருக்கு உடனடி வீஸா வழங்க தூதரகம் மறுத்துவிட்டது. மனைவி அமெரிக்கப் பிரஜை என்பதால் மனைவியை அமெரிக்காவிற்கு அனுப்பி வைத்து கிரீன் கார்ட் பெற்றுக் கொண்டு வருமாறு சாதாரணர்களுக்கு சொல்வது போல

சொல்லப்பட்டது. ஒரு ஜனாதிபதிக்கு இதைவிட அவமானத்தை யாரால் கொடுக்க முடியும்?

அயர்லாந்து செல்வதற்கு முயற்சி செய்ததாய் ஒரு தகவல் வந்தது. எப்படியோ அமெரிக்காவும் ஐரோப்பாவும் கை விரித்த நிலையில் மத்திய கிழக்கு தான் தஞ்சம் புக ஒரே வழி என்று கணித்திருக்க வேண்டும். 12ம் தேதி காலை 05.25 இற்கு அபுதாபி செல்லும் EY265 விமானத்தைப் பிடிக்கக் கிளம்பினார்.

இங்கே ஒரு விசயத்தை நினைவில் கொள்ளவேண்டும். ஒரு முழுநாளைக் கடலில் கடத்திய கோட்டாபய மற்ற இரண்டு நாள்களும் எங்கே இருந்தார் என்பதற்கான தெளிவான பதில் கிடைக்கவே இல்லை. ஏர்போர்ஸிற்கு சொந்தமான ஒரு கேம்ப் இல் இருந்ததாக சொல்லப்பட்டது. எப்படியோ இந்தக் காலத்தில் ஆன்லைன் ஜனாதிபதியாக இருந்தார். அவ்வளவுதான் மேட்டர்.

அப்போது விமான நிலையத்தில் பெரிய கலாட்டா நடந்து கொண்டிருந்தது. கோட்டாபயவின் தம்பி பெசில் ராஜபக்சேவை குடிவரவு அதிகாரிகள் துரத்தியடித்துக் கொண்டிருந்தனர். இந்த சம்பவத்தின் வீடியோக்களும் ஃபோட்டோக்களும் சமூக வலைதளம் முழுக்க ட்ரெண்டாகிக் கொண்டிருந்தன. இந்த நிலை ஜனாதிபதியும் முன்னாள் யுத்த வெற்றி வீரனுமான தனக்கு ஜென்மத்திலும் வராது என்று நினைத்து 'எடுடா வண்டியை' என்று சொல்லி இருப்பார் கோட்டாபய.

பாதுகாப்பு அதிகாரிகள் டாக்குமெண்டுகளை குடிவரவு அதிகாரிகளிடம் சமர்ப்பிப்பார்கள். விமான நிலையத்தின் பின் கேட் வழியாக வந்து விமானம்

புறப்பட கடைசி நேரத்தில் ஓடிப் போய் விமானத்தில் ஏறிக் கொள்ள வேண்டும். இவ்வளவுதான் ஏற்பாடு.

ஆனால் விமான நிலையமே உடைந்து தலையில் வீழ்ந்த மாதிரி ஒரு பதில் குடிவரவு அதிகாரிகளால் கோட்டாபயவுக்கு சொல்லப்பட்டது. 'குறித்த நபர் எங்கள் முன்னே ஆஜாராகாமல் எந்தப் பணியையும் தொடரமாட்டோம். எல்லோருக்கும் பொதுச் சட்டம் தான். ஒரே நாடு ஒரே சட்டம்.'

எந்தப் பேச்சு வார்த்தைக்கும் யாரும் மசியவில்லை. ஒரு பக்கம் கௌரவப் பிரச்னை. இன்னொரு பக்கம் வேறொரு சிக்கல் இருந்தது. இமிக்ரேஷனிடம் பவ்யமாய் கைகட்டி நின்று தன்மானத்தை தாரை வார்த்துவிட்டு அப்படியே விமானத்தில் ஏறினாலும் பயணிகள் யாராவது நடுவானில் உதைக்க வந்தால் என்ன செய்வது?

பயணிகள் விமானம் என்ற பேச்சுக்கே இனி இடமில்லை. விமானப் படைக்கு சொந்தமான அன்டனோவ் *AN 32* விமானத்தில் பறக்க விமானப் படையின் உதவியை நாடினார் கோட்டாபய. இதில் இன்னொரு சௌகரியமும் இருந்தது. விமானப் படை விமானத்தில் செல்லும்போது எந்தக் குடிவரவு அதிகாரி முன்னிலையிலும் போய் இளிக்கத் தேவை இல்லை என்கிறது சட்டம். விமானப் படையே எல்லாவற்றையும் செய்து தரும்.

'அபுதாபி எல்லாம் செல்லுமளவுக்கு இச்சிறு விமானம் தாங்காது, வேண்டுமென்றால் தென் இந்தியாவில் ஏதாவது விமானநிலையத்திற்கோ அல்லது மாலத் தீவுக்கோ கொண்டுபோய் விடலாம்' என்றது விமானப் படை.

மூன்று மாதம் கிரெடிட் லைனில் பிழைத்துக் கொள்ள சாப்பாடு தந்த இந்தியா கைவிடாது என்ற நம்பிக்கையில் 'மோடியே சரணம்' என்றவாறு சுழற்றினார்கள் டெலிபோனை. ஆனால் கிடைத்த பதில்தான் கிலியூட்டியது. இலங்கையின் நிலவரம் அயல் வீட்டானைத் தவிர யாருக்கு நன்கு தெரியும்? எதற்கு வம்படியாய் சர்ச்சை ஒன்றை வாங்கி மடியில் கட்டிக் கொள்ள வேண்டும் என்று முடிவெடுத்தார்களோ என்னவோ. 'தமது எந்த விமானநிலையத்திலும் வெளிநாட்டு ராணுவத்தின் விமானம் ஒன்றைத் தரையிறக்க அனுமதி இல்லை' என்று மறுத்துவிட்டது இந்தியா.

வேறு போக்கிடமில்லை. மாலத்தீவு தான் ஒரே வழி. அண்ணன் மகிந்த ராஜபக்சேவின் ஆருயிர் தோழனும், முன்னாள் ஜனாதிபதியும் இன்னாள் சபாநாயகருமான முஹம்மட் நஷீடிடம் விவரம் சொல்லப்பட்டது. இதே நஷீடுக்கு எதிராக மாலத்தீவு மக்கள் 2013ம் ஆண்டு கலகம் செய்த போது அவர் இலங்கைக்குப் பறந்து வந்தார். அப்போதைய ஜனாதிபதி மகிந்த ராஜபக்சே அன்னாரைக் காத்தருளினார். இது போதாது? நஷீட் பரபரப்பானார்.

நஷீட் ஏற்பாட்டில் விறுவிறு என்று காரியம் நடந்தது. 13ம் தேதி அதிகாலை 01 மணிக்கு விமான நிலையத்தின் பின்கேட் வழியாக நுழைந்த கோட்டாபய ராஜபக்சேவும் அவரது மனைவியும் இரண்டு பாதுகாப்பு அதிகாரிகளும் மாலே பறந்தார்கள். எதிர்த்து நின்றவர்களுக்கு அரசியல் யாப்பில் ஜனாதிபதிக்கு வழங்கப்பட்டு இருக்கும் சுகபோகமும் சலுகைகளும் சௌபாக்கியமுமிக்க ஷரத்துகளும் விமானப்படையால் வாசித்துக் காட்டப்பட்டது.

எந்தளவுக்குத் தலை தெறித்த ஓட்டம் என்றால் மாலத்தீவு ரன்வே திருத்த வேலை காரணமாக இரவு 12.30 முதல் காலை 06.30 வரை மூடப்பட்டு இருந்தது. கடமையில் இருந்த ஏர் டிராபிக் அதிகாரிகள் விமானப் படையிடம் இதை எடுத்துக் கூற அதெல்லாம் ஒரு நொடியில் தீர்ந்து போனது. கோட்டாபயவுக்காக மூடப்பட்ட ரன்வேயும் திறக்கப்பட்டது. நஷீட் அத்தனையையும் பக்காவாய் செய்துமுடித்து இருந்தார். எப்பேர்பட்ட நட்பு.

மாலத் தீவில் கோட்டாபய ராஜபக்சேவுக்கு அரசியல் தஞ்சம் வழங்கப்பட இருப்பதாய் பிரேக்கிங் நியூஸ்கள் வரிசை கட்டின. முழு சர்வதேச மீடியாவின் கவனமும் மாலத் தீவில் குவிந்தது. புனித மெக்காவிற்குப் போய் இருந்த மாலத் தீவு ஜனாதிபதி இப்ராஹீம் மொஹமட் சாலிஹ் உடனடியாக நாடு திரும்பினார்.

ஆனால் சில மணித் துளிகளிலேயே 'கோட்டா கோ ஹோம்' கோஷம் மாலத் தீவிலும் எழுந்தது. மாலத் தீவில் இருக்கும் இலங்கையர்கள் சுலோகங்களை ஏந்திக் கொண்டு வந்து ஆர்ப்பாட்டத்தில் குதிக்க, கோட்டாபயவின் இஸ்லாமிய விரோத அரசியல் ட்விட்டர் எங்கும் ட்ரெண்டாகி மாலத் தீவு வாசிகளையும் ஆத்திரமூட்ட, கொதிப்படைந்த எதிர்க்கட்சி கோட்டாபயவின் விஜயத்தின் நோக்கத்தை கேள்விக்குட்படுத்தி பாராளுமன்றத்தில் விவாதம் கோரியது.

இப்படி சர்ச்சை சலங்கை கட்டி ஆடிக் கொண்டிருக்க கோட்டாபய தெற்கு மாலேயில் இருக்கும் வால்டோப் அஸ்டோரியா சவுத் மாலே என்ற பிரபுக்கள் தங்கும் அதி சொகுசு ஹோட்டலில் தினத்திற்கு நான்கு லட்சம் இந்திய ரூபாய் செலுத்திக் கொண்டு பதுங்கி இருந்தார்.

இவ்வளவும் நடந்து கொண்டிருக்கும் போது காலிமுகத் திடல் போராட்டக்காரர்கள் போய் பிரதமர் அலுவலகத்தைக் கைப்பற்றிக் கொண்டனர். பிரதமர் ரணில் நாடு முழுக்க அவசரகால சட்டத்தையும் கொழும்பில் மேலதிகமாக ஊரடங்கு சட்டத்தையும் அமல்படுத்தினார். ஆனால் இவற்றை அமல்படுத்த பிரதமர் ரணிலுக்கு அரசியல் சாசனத்தில் அதிகாரம் இல்லை என்று சில சட்டத்தரணிகள் போர்க் கொடி தூக்கினர். நிலமை இப்படி இருக்க பிரதமர் ரணிலை பதில் ஜனாதிபதியாக தான் நியமித்து இருப்பதாக கோட்டாபயவின் இருட்டறை அறிக்கை ஒன்று வந்து சேர்ந்தது.

கோட்டாபய ராஜபக்சே எவ்வளவுதான் துரத்தப்பட்ட ஜனாதிபதி என்று முழு உலகமுமே சத்தியம் செய்து சொன்னாலும் அவரின் ராஜினாமா கடிதம் இல்லாமல் எதுவுமே செல்லாது என்று அறிவித்துவிட்டார் சபாநாயகர். ஏற்கெனவே 13ம் தேதி ராஜினாமாவை அனுப்பி வைப்பதாய் சொன்ன அவர், தான் பாதுகாப்பாய் ஒரு நாட்டிற்குப் போய்ச் சேரும் வரை தன் பதவியைத் துறப்பதில்லை என்று திட்டவட்டமாய் சொல்லிவிட்டார்.

இதனால் தேசம் முழுக்க பெரும் பிரளயம் மூண்டது. 'ஊரடங்கெல்லாம் போட நீ யாரு? உனக்கு யாரு அதிகாரம் தந்தது? உன்னை எப்படி அக்டிங் ப்ரசிடண்டாக அந்த ஆள் நியமிக்க முடியும்? கோட்டாபயவைப் பாதுகாக்கும் நீயும் சேர்ந்து பதவி துறக்க வேண்டும்' என்று போராட்டக்காரர்கள் பிரதமர் ரணில் மீது எகிறினார்கள். ஒரு கூட்டம் போய் தேசிய தொலைக்காட்சியான ரூபவாஹினியையும், மற்றொரு அரச தொலைக்காட்சியான ஐ ரீ என் ஐயும் கைப்பற்றிக் கொண்டது. பாராளுமன்றத்தைக்

கைப்பற்ற இன்னொரு கூட்டம் ஆரவாரமாய் கிளம்பியது. யாரும் யார் பேச்சையும் கேட்கும் நிலையில் இல்லை. அவரவருக்கு எது சரி என்று பட்டதோ அதைச் செய்து கொண்டிருந்தனர்.

'ஜனாதிபதி செயலகம், ஜனாதிபதி மாளிகை, பிரதமரின் அலரி மாளிகை, பிரதமர் அலுவலகம் என்று அத்தனையும் வீழ்ந்துவிட்டன. இப்படியே போனால் எதுவுமே மிஞ்சப் போவதில்லை. படு அராஜகமான நிலைக்கு தேசம் சென்று கொண்டிருக்கிறது. நீங்கள் கூறும் கோரிக்கைகளை நிறைவேற்ற குறைந்தபட்சம் பாராளுமன்றமாவது இருக்க வேண்டும். ஆகவே போதும் நிறுத்துங்கள்' என்று சட்டத்தரணிகள் சங்கம் போராட்டக்காரர்களிடம் கதறத் தொடங்கியது.

இதெல்லாம் இப்படி இருக்க, சொர்க்கபுரியாக இருக்கும் என்று நினைத்த மாலத்தீவும் ஏழாம் நரகம் போல மாறத் தொடங்க கோட்டாபய அவசரமாய் சிங்கப்பூர் செல்லும் முயற்சிகளில் இறங்கினார். தனிப்பட்ட ஜெட் விமானம் ஒன்றில் அவர் சிங்கப்பூர் செல்ல இருப்பதாக முதலில் அலறியது மீடியா. ஆனால் என்ன நினைத்தாரோ அந்தத் திட்டத்தைக் கைவிட்டார்.

பின்னர் 13ம் தேதி இரவே மாலேயிலிருந்து சிங்கப்பூர் ஏர்லைன்ஸ் விமானத்தில் ஏற முயன்றவரிடம் 'அதில் இலங்கையிலிருந்து வரும் ட்ரான்ஸிட் பயணிகள் இருக்கிறார்கள். உயிருக்கே பெரும் ஆபத்தாய்விடும்' என்று சொல்லி தடுத்து நிறுத்தப்பட்டது. கடைசியாய் சவூதி ஏர்லைன்ஸிற்கு சொந்தமான *SVA 788* விமானத்தில் 14ம் தேதி மாலை சிங்கப்பூர் போய்ச் சேர்ந்தார். இந்த விமானம் செல்லும் அரிய காட்சியின் லைவ் தான் இதுவரை *flight radar* இணையத்தில் அதிக

நபர்கள் கண்டு களித்த விமானம் ஒன்றின் லைவாகப் பிரகடனப்படுத்தப்பட்டு இருக்கிறது.

இதே வேளை போராட்டக்காரர்களின் கோபம் சபாநாயகர் மேலே திரும்பியது. அவர் என்ன செய்வார், பாவம்? அவரும் பல தடவை கோட்டாபயவைத் தொடர்பு கொள்ளப் பார்த்தார். பதிலாக 'நீங்கள் அழைக்கும் வாடிக்கையாளர் நாடு நாடாய் சுற்றிக் கொண்டிருக்கிறார். தயவு செய்து சற்று நேரத்தில் மீண்டும் முயற்சிக்கவும்' என்று திரும்பத் திரும்ப பதிவு செய்யப்பட்ட டெலிபோன் குரல் சொல்லப்பட்டு இருக்க வேண்டும்.

கடுப்பான சபாநாயகர் ராஜினாமா கடிதத்தைக் கூட தராமல் பொறுப்பில்லாமல் இருக்கும் கோட்டாபய பதவி விலகியதாய் அறிவிக்கமுடியுமா என்று சட்ட மாஅதிபருடன் ஆலோசனை நடத்தத் தொடங்கினார்.

இந்த அமளி துமளி நடந்து கொண்டிருக்கும் போது கோட்டாபய லைனுக்கு வந்தார். தான் ராஜினாமா கடிதத்தை வாட்ஸப் செய்திருப்பதாக சபாநாயகருக்கு அறிவிக்க, பெரும் மொக்குத்தனமாய்ப் போனது. ஆன்லைன் ஜனாதிபதியின் விரிச்சுவல் ராஜினாமாவை ஏற்றுக் கொள்வதா இல்லையா என்று மீண்டும் களேபரமானது.

தனக்கு முறையான கடிதத்தை அனுப்பிவைக்குமாறு ஆணித்தரமாய் கோட்டாபயவிடம் சொல்லிவிட்டார் சபாநாயகர். 14ம் தேதி இரவு சிங்கப்பூரில் இருக்கும் இலங்கைத் தூதரகத்தின் அதிகாரி ஒருவர் கொழும்பு செல்லும் அடுத்த விமானத்தில் ஏறி சுடச்சுட ராஜினாமா கடிதத்துடன் வந்து சேர்ந்தார். 'ஒரு காக்கா இம்புட்டோன்னு ஆய் போனதுக்கு இவ்வளவு

பெரிய கலவரமா' என்று வடிவேலு கேட்ட மாதிரி ஒரு ராஜினாமாவுக்கு எத்தனை பெரும் செலவு.

கோட்டாபய பதவி விலகினாலும் ஒட்டுமொத்த ராஜபக்சே கும்பலும் வீட்டுக்குப் போனாலும் ஒரு அரசியல் ஸ்திரமற்ற பொருளாதார சுபீட்சமற்ற தன்மை ஏற்படும் என்பதில் எந்த சந்தேகமும் இல்லை. ரஷ்ய புரட்சி, சைன புரட்சி, ப்ரெஞ்ச் புரட்சி என்ற பண்டைய காலப் புரட்சியின் போதும் சரி, அரபுலகம் கண்ட நவீன மக்கள் எழுச்சியின் போதும் சரி. போராட்டக்காரர்களில் இருந்துதான் ஒரு தலைவன் உதயமானான். அல்லது வலுவான ஒரு கட்சிப் பின்னணியுடைய ஒரு சர்வ வல்லமைமிக்க ஒரு தலைவன் அத்தனையையும் நெறிப்படுத்தினான். இலங்கையில் அது நடக்கவில்லை.

ராஜபக்சே குடும்பத்தையும் அராஜக ஆட்சியாளர்களையும் தூக்கியடித்துவிட்டு நல்லாட்சி அமையவேண்டும் என்று வெறுமனே வேண்டிக் கொண்டார்களே தவிர யாரால் எப்படி அது அமைய வேண்டும் என்று எந்தத் தெளிவும் அவர்களிடம் இருக்கவில்லை.

இந்தச் சூழ்நிலையில் 20ம் தேதி பாராளுமன்றத்தில் புதிய ஜனாதிபதியைத் தேர்வு செய்யும் வாக்கெடுப்பு நடக்க இருக்கிறது. இதை எழுதிக் கொண்டிருக்கும் (செவ்வாய் கிழமை காலை 10 மணி) வரை மூன்று ஜனாதிபதி வேட்பாளர்கள் களத்தில் இறங்கி இருக்கிறார்கள். சாவு வீட்டில் தவிர்க்கமுடியாத கல்யாணம் ஒன்றை நடத்த வேண்டிய இக்கட்டான நிலைமை ஒன்று ஏற்பட்டதைப் போல இருக்கிறது நாடு.

ரணில் விக்ரமசிங்க, ராஜபக்சே கும்பலுடன் கருத்து வேறுபட்டு ஒதுங்கிப் போன டலஸ் அலகப் பெரும, ஜனதா விமுக்தி பெரமுனவின் தலைவர் அநுர குமார திஸாநாயக்க ஆகிய மூன்று வேட்பாளர்களும் கோதாவில் இறங்கி இருக்கிறார்கள். எதிர்க்கட்சித் தலைவர் சஜித் பிரேமதாஸவின் கட்சி டலஸ் அலகப் பெருமவை ஆதரிக்கிறது.

உள்நாட்டு அரசியல் அலப்பறைகள் இப்படி நகர சிங்கப்பூரில் இருந்து பதினைந்து நாள்களில் வெளியேறுமாறு கோட்டாபயவிற்கு அறிவித்து இருக்கிறது சிங்கப்பூர் அரசு. கோட்டாபய கடைசியாய் எங்கே போய்ச் சேர்வார் என்று யாருக்கும் தெரியவில்லை. இடி அமீன் முதல் நவாஸ் ஷெரீப் வரை அத்தனை அயோக்கிய சிகாமணிகளுக்கும் நேசக் கரம் நீட்டிய சவூதியில் போய் தஞ்சம் அடையப் போகிறார் என்று பிரான்ஸின் *AFP* செய்தி வெளியிட்டு இருந்தது.

கோட்டாபய நாட்டைவிட்டு தப்பியோடினாலும் பழக்கதோஷ 'கோட்டா கோ ஹோம்' கோஷம் இன்னமும் காலி முகத்திடலில் ஓயவில்லை. கோட்டாபயவின் தற்போதைய வீடு எங்கே இருக்கிறது என்று கத்துபவர்களிற்கும் தெரியாது. கோட்டாபயவுக்கும் தெரியாது. அவர்கள் வெறி கொண்டு கத்துகிறார்கள். கோட்டாபய வெறி கொண்டு உலகம் முழுக்க ஓடிக் கொண்டு இருக்கிறார்.

நாசமான நாடும் ஒரு நடமாடும் நவீன விக்கிபீடியாவும்

'ஜானி இங்கிலீஷ்' திரைப்படத்தில் மிஸ்டர் பீன் யாரும் எதிர்பாராத விதமாக மன்னரின் கிரீடத்தைத் தட்டிப் பறித்து முடிசூடுவது போன்ற ஒரு காட்சி வரும். அதற்குச் சற்றும் குறையாததுதான் பாராளுமன்றத்தில் ஒரே ஒரு மந்திரியாக ஐக்கிய தேசியக் கட்சி சார்பாகத் தேர்வான பெரும் தலைவர் அற்புத ஜோதி, லிபரல் ஜனநாயக மாணிக்கம் ரணில் விக்ரமசிங்க இலங்கையில் சர்வ அதிகாரமிக்க ஜனாதிபதியான ரகளையும்.

இருபத்தெட்டு வருட ரணில் விக்ரமசிங்கவின் நிரந்தரத் தலைமைத்துவத்தின் கீழ் ஐக்கிய தேசியக் கட்சி படுமோசமாய்ப் பலவீனமடைந்து, கட்சியும் உடைந்து அதன் பெருவாரியான உறுப்பினர்கள் போய் 'ஐக்கிய மக்கள் சக்தி' என்ற புதிய கட்சியில் ஐக்கியமாக, 2020 பாராளுமன்றத் தேர்தலில் வெறும் ஒரே ஒரு ஆசனமே ரணிலாருக்குக் கிடைத்தது.

கிட்டத்தட்ட அம்பியூலன்ஸிலேயே ஆயுள் முடியப் போகும் நிலைமை. ‘சிவாஜி’ படத்தில் வெறும் ஒற்றை ரூபாவை வைத்துக் கொண்டு ரஜினி மீண்டும் குபேரனாகுவது போல ரணில் என்ற ஒற்றை ஆசாமி இந்த அகில உலகத்தில் எந்த ஒரு ஆத்மாவாலும் நம்பவே முடியாத அதியுச்சப் பதவியில் இன்று உட்கார்ந்திருக்கிறார்.

கிட்டத்தட்ட நூறு நாட்களைத் தாண்டிப் பெரும் புரட்சியாய் வடிவம் எடுத்து ஜனாதிபதி கோட்டாபய ராஜபக்சேவை அகற்றிய போராட்டத்தில் ரணில் விக்ரமசிங்க என்பவர் கௌரவ வேடத்தில் வந்த ஒரு வில்லன். இளைய சமூகம் கொட்டும் மழையில் நனைந்தும் அகோர வெயிலில் காய்ந்தும் போராடியது இப்படி ஒரு பெருபேறை அடையவல்ல தான். ஆனால் பரந்துபட்ட அரசியல் அறிவும் மிக நேர்த்தியான திட்டமிடலும் அடுத்தடுத்து என்ன என்ற ஒழுங்கான காய் நகர்த்தலும் இல்லாமல் வெறும் 'கோ ஹோம்' என்று கோஷம் எழுப்புவதால் மட்டும் எதையும் சாதித்துவிட முடியாது என்ற அடிப்படைப் பாடத்தைக் கற்றுத் தந்திருக்கிறது போராட்டமும் அதன் விளைவுகளும்.

பொருளாதார அவலங்களே புரட்சியின் அடிநாதமாய் இருந்தாலும் ஒரு கட்டத்தில் அதை எல்லாம் தாண்டி 'சிஸ்டம் சேஞ்ச்' கோஷம் முன்னிலைப்படுத்தப்பட்டது. நிராயுதபாணியான பிரமாண்டமான மக்கள் குழுமத்தினால் அரியணையில் அமர்ந்திருக்கும் எப்பேர்பட்ட ஆட்சியாளனையும் கவிழ்த்துவிட முடியும். மக்களின் பலம் அத்தகையது என்பதைச் சரித்திரம் எத்தனையோ தடவை ஓங்கி நிரூபித்து இருக்கிறது. ஆனால் அப்படி தன்னிச்சையாய்ப் போராடி வெல்லும்

மக்கள் கூட்டத்தை நெறிப்படுத்த ஒரு உருப்படியான தலைவன் அமையாவிட்டால் போராட்டமே நீர்த்துப் போய்விடும். வழக்கமான சலிப்படைந்த ஒரு இற்றுப் போன முகத்திற்கே ஆட்சி சென்றுவிடும். ரணிலுக்கு அமைந்த குருட்டு அதிர்ஷ்டத்தின் முன்னணி பின்னணி எல்லாம் இதுதான்.

எந்த ஒரு சர்வாதிகாரியும் சரி, ஜனநாயகம் என்ற பெயரில் சீழ்படிந்த குஷியான சிஸ்டத்தின் குருநாதர்களும் சரி. தமது ஆட்சியைத் தக்கவைத்துக் கொள்ள க்ளைமேக்ஸில் என்ன என்ன தகிடுதத்தம் பண்ணமுடியுமோ அத்தனையையும் செய்வார்கள். எதுவும் முடியாது போனால் ஓர் ஆறுமாதம் கால அவகாசம் கேட்பார்கள். அடுத்த தேர்தலில் நிற்கப் போவதில்லை என்பார்கள். ஹோஸ்னி முபாரக்குகளும், பென் அலிகளும், கடாபிகளும் என்று எத்தனையோ உதாரணங்கள் விதம் விதமாய் வரலாறு எங்கும் கொட்டிக் கிடக்கின்றன.

இலங்கையில் ராஜபக்சாக்களின் வீழ்ச்சி ஆரம்பமான கடந்த மே மாதம் முதல், ரணில் விக்ரமசிங்கவை முன்னிலைப்படுத்தும் அரசியல் தந்திரோபாயம் நடந்தேறியது. ஜனாதிபதி யாரை வேண்டுமானாலும் பிரதமராய் நியமிக்க முடியும் என்ற அரசியல் யாப்பில் வழங்கப்பட்டுள்ள அதிகாரத்தின் படி ரணில் விக்ரமசிங்வைப் பிரதமர் ஆக்கினார் கோட்டாபய ராஜபக்சே. கடந்த 20ம் தேதி நடந்த ஜனாதிபதித் தேர்தல் வாக்கெடுப்பின் போது காலி முகத்திடல் போராட்டக்காரர்களின் விருப்பம் எதிர்க்கட்சிகள் நியமித்த வேட்பாளரான 'டலஸ் அலகப் பெரும' ஆக இருந்தது. ஆனால் ராஜபக்சேக்களின் அருள் மாரி ரணில் மீதே சொரிந்தது. 134 வாக்குகளைப் பெற்று தேர்வாகி ஜனாதிபதியுமாகி இருக்கிறார்

ரணில். பாராளுமன்றப் பெரும்பான்மை இன்னமும் ராஜபக்சாக்களிடமே இருக்கிறது. ஆகவே இங்கே தமக்கு தோதான ஒரு பிரபு வகுப்பு ஆசாமியிடமே அதிகாரத்தை ராஜபக்சே தரப்பு கைமாற்றி இருப்பதாக எண்ணத் தோன்றுகிறது.

எட்டாவது ஜனாதிபதியாக ரணில் பதவியேற்ற நிமிஷம் முதல் போராட்டக்காரர்களிடையே ஒருவித சோர்வும் அயர்ச்சியும் நிலவியது. ஒரு தரப்பு திமிறிக் கொண்டு 'ரணில் கோ ஹோம்' என்று சொல்ல இன்னொரு தரப்பு 'எதற்கும் சிறிது காலம் அவகாசம் கொடுப்போம்' என்றது. இப்படியான முதிர்ச்சியற்ற கருத்து வேறுபாடுகள் போராட்டக்காரர்களின் பலவீனத்தைப் பறைசாற்றின.

இது இப்படி இருக்க முன்னாள் பிரதமர் பண்டாரநாயக்கவின் சிலையை சுற்றி 50 மீட்டர் ஆரையாக உள்ள வட்டத்தில் எந்தவித போராட்டக் கோஷ்டியும் சுற்றக் கூடாது என்று நீதிமன்றத் தீர்ப்பு ஒன்றைப் பெற்றது அரசு.

மறுநாள் காலை ஊடகவியலாளர் சந்திப்புடன் ஜனாதிபதி செயலகத்திற்குட்பட்ட வளாகம் மற்றும் காலி முகத்திடலின் போராட்ட பூமியில் இருந்து தாம் கலைந்து செல்வதாக பாதுகாப்புத் தரப்புக்கு போராட்டக்காரர்கள் 21ம் தேதி இரவு அறிவித்தார்கள். ஆனால் நடந்ததோ கொடூரம்.

நள்ளிரவில் உறங்கிக் கொண்டிருந்த போராட்டக் காரர்களின் மீது வன்முறை ஏவிவிடப்பட்டது. அடித்துக் கலைக்கப்பட்டார்கள். கூடாரங்கள் பிய்த்து எறியப்பட்டன. செய்தி சேகரிக்கச் சென்ற ஒரு பிபிசி ஊடகவியலாளர் உட்பட ஏராளமானோர் படுகாயமடைந்தனர். செய்தி உலகத்திற்குப்

பரவிக் கொண்டிருக்க, மக்கள் யாவரும் காலி முகத்திடலுக்குள் நுழையாமல் அத்தனை வழிகளும் ஆயிரக்கணக்கான ராணுவத்தினரின் துணை கொண்டு அடைத்து சாத்தப்பட்டு இருந்தது. அடிப்படையில் ராணுவ வீரனான கோட்டாபய ராஜபக்சேவிற்கே காவல் துறையுடன் எல்லோரையும்விட சுமூகமான உறவு இருந்தது. அவர் கூட செய்யாத ஒரு அழிச்சாட்டியத்தை லிபரல், ஜனநாயகம்,வெளிப்படைத்தன்மை என்று காலம் முழுக்க எதிர்க்கட்சியில் இருந்த போது வகுப்பு எடுத்த ரணில் ஏன் செய்தார் என்ற கேள்விக்கு இதுவரை பதில் இல்லை.

ரணில் விக்ரமசிங்கவிடம் ஒரு கல்யாண குணம் இருக்கிறது. எதிர்க்கட்சியில் இருக்கும் போது அவரளவுக்கு பொருளாதார மேதை யாருமே கிடையாது. போதாக்குறைக்கு சரித்திர அறிஞர் அவதாரமும் எடுப்பார். ஏறக்குறைய நடமாடும் நவீன விக்கிபீடியா. ஆனால் ஆட்சிக்கு வந்தால் அவரளவுக்கு படு சொதப்பலான தலைவர் யாருமே இல்லை. பல தடவை பிரதமராகிப் பார்த்தார். ஆனால் அவர் ஒரு பாகிஸ்தான் உடன்பிறப்பைப் போல எந்தத் தடவையும் முழுமையாய் பதவிக்காலத்தை பூர்த்தி செய்யாமல் குழப்பியடித்தார்.

இப்போது அவர் வசம் வந்து இருப்பது சர்வ வல்லமைமிக்க ஜனாதிபதிப் பதவி. இரண்டு தடவை ஜனாதிபதித் தேர்தலில் போட்டியிட்டு மில்லியன் கணக்கில் வாக்குகள் பெற்று தோற்றுப் போன வாழ்நாள் கனவு, கோட்டாபய தான் படுத்த பெட்சீட்டுக்கும் சொல்லிக் கொள்ளாமல் நாட்டை விட்டுத் தப்பியோடியதால் கிடைத்து இருக்கிறது. பதவியேற்ற முதல் நாளே பதைபதைக்கும் தாக்குதலுக்கு உத்தரவிட்டார்.

இந்தத் தாக்குதலுக்கு எதிராக டெல்லியில் மாணவர்கள் ஆர்ப்பாட்டம் செய்தார்கள். அத்தனை மேற்கத்தேய தூதுவர்களும் மிக வன்மையான கண்டனங்களைப் பதிவு செய்தார்கள். இப்பேர்பட்ட போராட்டம் ஒன்று நடந்ததால் தான் எந்த வழியிலோ ரணிலுக்கு ஜனாதிபதியாகுவதற்குக் கூட சந்தர்ப்பம் கிடைத்தது. ஆனால் அவர் இப்படி ஏணியை எட்டி உதைப்பது போல நடந்து கொண்டது ஏன் என்று புரியவில்லை.

ஒரு வேளை அவரது வீட்டை எரித்ததற்கான பழிவாங்கலாய் இருக்கலாம். அது சரி, நாட்டின் பொருளாதாரத்திற்குத் தீ வைத்தவர்களுக்கு என்ன தண்டனை? நாற்பத்தைந்து வருடங்களாய் பாராளுமன்றத்தைப் பிரதிநிதித்துவப்படுத்தும் ரணிலும் இந்த கறை படிந்த சிஸ்டத்தின் மாபெரும் அடையாளம் அல்லவா? ஜனாதிபதி மாளிகைக்கு நடந்த சேதாரம் பற்றி வருத்தப்படுகிறார் ரணில். ஆனால் நாட்டை 52 பில்லியன் டாலர் கடனில் மூழ்கடித்துச் சேதாரமாக்கிய தன் தோஸ்த்துகளைப் பற்றி அவர் இதுவரை மூச்சுவிடவே இல்லை.

ஆயிரக்கணக்கான புத்தகங்களை வாசித்து ஏகப்பட்ட திரைப்படங்களைப் பார்த்து பெரும் இலக்கியவாதியாகத தன்னை நிலைநிறுத்திக் கொண்ட ஒருவர் எப்படி இப்படியொரு ஜனநாயக விரோத தாக்குதலுக்கு உத்தரவிடலாம் என்று சிங்கள தேசம் உறைந்து போய் இருக்கிறது. இலக்கியத்திற்கும் வாழ்க்கைக்கும் என்ன சம்பந்தம், எத்தனை இலக்கியவாதிகள் பல் உடைய கட்டிப்புரண்டு சண்டை போட்டிருக்கிறார்கள் என்ற விபரமெல்லாம் நல்ல வேளை... அவர்களுக்குத் தெரியாது.

போர்த்துக்கேயர்கள் இலங்கையை ஆள வந்த போது அவர்களைத் துரத்த ஒல்லாந்தர்களின் துணையை இலங்கை மக்கள் நாடிய அவலம் போல கோட்டாபயவை விரட்டப் போய் ரணில் வந்து குடியமர்ந்து கொண்டார். அவரைத் துரத்தினால் அதே போன்ற இன்னொரு ஆசாமி வந்து சேர்வார். ஆகவே இனியும் 'கோ ஹோம்' கோஷம் தலையெடுக்கும் வாய்ப்பு மிகக் குறைவு.

கலைக்கப்பட்ட போராட்டக்காரர்கள் இப்போது பாராளுமன்றத் தேர்தலை வேண்டிப் போராடுகிறார்கள். விகாரமடைந்திருக்கும் இந்தப் பாராளுமன்றமானது உண்மையான மக்களின் அபிலாஷைகளைப் பிரதிபலிக்கவில்லை என்று முன்னாள் தேர்தல் ஆணையாளரே புலம்பத் தொடங்கி இருக்கிறார். ஆகவே 'கோ ஹோம்' கோஷம் பலஸ்தீனம் போல மறைந்து கொண்டிருக்கிறது.

ஒருபக்கம் பாராளுமன்றத் தேர்தலை வேண்டிப் பரப்புரைகள் சமூக வலைத்தளங்களில் நடந்து கொண்டிருக்க, மறுபக்கம் சர்வகட்சி ஆட்சி பற்றிய கலந்துரையாடல்களும் களைகட்டி இருக்கின்றன. பொருளாதாரம் இன்னமும் படுத்த படுக்கையில் இருக்கிறது. இலங்கையின் பிரதான வருவாயான சுற்றுலாத்துறை ஆழ்துளைக் கிணற்றில் கிடக்கிறது. கஜானா காலியாகி வெளிநாட்டு நாணயக் கையிருப்பு நெருக்கடி உச்சம் பெற்று இருக்கிறது.

அந்தளவுக்குப் பரிதாபமான நிதியிருப்பு வழித்துத் துடைக்கப்பட்டு இருப்பதால் வாங்குவதற்கு டாலர் இன்றி, ஐந்து லிட்டர் ஃபுல் டேங்க் கொள்ளளவுடைய ஒரு பைக்கிற்கு மூன்றரை லிட்டர் பெட்ரோலே வழங்கப்படுகிறது. அதைப்

பெறுவதற்கு ஒரு முழுநாளை வரிசையில் நின்று தியாகம் செய்ய வேண்டும். வீடுகளில் இருந்து கட்டுச் சாதம், தண்ணீர் போத்தல், ப்ளாஸ்கில் டீ என்று ஏதோ பிக்னிக் போவது போல சனம் வந்து தினமும் சீரழிந்து கொண்டிருக்கிறது. இந்த இலட்சணத்தில் சுற்றுலாத்துறை எப்படி செழிக்கும்? நாட்டிற்கு வருகை தரும் அற்ப சொற்ப சுற்றுலாப் பயணிகளும் கையோடு சைக்கிள் எடுத்து வரும் பேரவலத்தை என்னவென்று சொல்வது?

பதுக்கல் வியாபாரம் வேறு கொடிகட்டிப் பறக்கிறது. கறுப்புச் சந்தையில் பெட்ரோல் ஒரு லிட்டர் 2000 ரூபா முதல் ஜோராய் விற்பனையாகிக் கொண்டிருக்கின்றது. ஆட்டோக்கார அதிபதிகளில் பெரும்பானார் இப்போதெல்லாம் சவாரி போவதே இல்லை. தினமும் ஏதாவது ஒரு பெட்ரோல் வரிசையில் போய் நிற்கிறார்கள். கிடைக்கும் பெட்ரோலை அப்படியே ப்ளாக்கில் விற்பனை செய்கிறார்கள்.

இதை எல்லாம் மீறி 'வாழ்வோம்' என்று யாராவது கங்கணம் கட்டிக் கொண்டு சுயமாய் எழுந்து நிற்க முயன்றால் தினமும் மின்வெட்டு வேறு எமன் போல குறுக்கே வந்து அத்தனை உழைப்பையும் பூச்சியத்தால் பெருக்கி விடுகிறது. எரிபொருளுடன் தொடர்புபட்ட அத்தனை தொழிற்சாலைகளும் மூடுவிழா கண்டு வருகின்றன. லட்சக்கணக்கானோர் வாழ்வாதாரத்தை இழந்து பரிதவித்து நிற்கின்றனர். எரிவாயு சிலிண்டர் தட்டுப்பாட்டால் உணவுப் பொருட்களின் விலைகள் மூன்று நான்கு மடங்கு எகிறிவிட்டன. எல்லாமே ப்ளாக்கில் கிடைக்கிறது.

இந்த அவல மெகா சீரியலை எப்படி ரணில் நிறுத்தப் போகிறார் என்று தெரியவில்லை. அடுத்த ஒரு

வருடத்திற்கு இதுதான் தலைவிதி என்கிறார் மின்சக்தி அமைச்சர்.

'போதுமடா சாமி..! எங்களைப் போகவிடுங்கள்' என்றவாறு பெரும் கூட்டம் ஒன்று தினமும் பாஸ்போர்ட் வரிசையில் நிற்கிறது. முன்னர் 'ஒருநாள் சேவையில்' வழங்கப்பட்ட பாஸ்போர்ட்களைப் பெற இப்போது இரண்டு மாதங்கள் எடுக்கின்றன. அந்தளவுக்குக் கூட்டம். தாலிபன்கள் ஆப்கனைக் கைப்பற்றிய போது மக்கள் விமானத்தின் இறக்கைகளில் ஏறி ஓடித் தப்ப முயன்றது போல ஒரு நிலைதான் இங்கேயும்.

ஜனாதிபதி ரணிலுக்கு இன்றையத் தேதியில் இருப்பதைப் போன்ற சவால் உலகத்தில் எந்த ஆட்சியாளருக்குமே இல்லை. ரணில் விக்ரமசிங்கவின் முன்னைய ஆட்சிக் காலங்களில் மேற்குலகம் அவருக்கு செங்கம்பள, பச்சைக்கம்பள வரவேற்பளிக்கும். இம்முறை அதெல்லாம் இல்லை.

ரணிலுக்கு இப்போது தேவை ஒரு நல்ல டீம். சர்வதேச விவகாரங்களில் பாண்டித்தியம் பெற்ற ராஜதந்திரிகள், புத்திஜீவிகள் என்று நல்லதொரு நெட் ஒர்க்கைத் துரிதமாய் அமைக்க வேண்டிய பொறுப்பு ரணிலுக்கு இருக்கிறது. கோட்டாபய ராஜபக்சே உள்ளூர் இஸ்லாமியர்களின் தேகங்களைக் கொரானா காலங்களில் அவர்களது மத நம்பிக்கைக்கு முரணாக எரிக்கப் போய் மத்திய கிழக்கு நாடுகளைப் பகைத்துக் கொண்டார். ஒரு காலத்தில் இலங்கைக்கு பாரி வள்ளலைப் போல உதவிய மத்திய கிழக்கு நாடுகள் அத்தோடு கைவிரித்துவிட்டன. ஒபெக் அமைப்பு கண்டனம் செய்தது. ஆனால் இதை எல்லாம் புரிந்து கொள்ளும் நிலையில் கோட்டாபய என்றைக்கும்

இருக்கவில்லை. விபரீதத்தை உணர்ந்து ஒரு கட்டத்தில் அவர் பெட்ரோல் உற்பத்தி தேசங்களை நாடியபோது அத்தனை தேசங்களும் சொல்லி வைத்தாற் போல கதவுகளைத் தாழ்ப்பாள் போட்டு மூடிக்கொண்டன.

இதெல்லாம் இப்படி இருக்க, சர்வதேச நாணய நிதியத்திடம் சப்பணம் போட்டு உட்கார வேண்டிய படு துர்ப்பாக்கிய நிலையில் நாடு இருக்கிறது. செலவுகளைக் குறைக்கும்படி கழுதையாய்க் கத்துகிறது நிதியம். ஸ்ரீலங்கன் விமான சேவை உட்பட நடுக்கடலில் திக்கின்றித் தத்தளிக்கும் ஏகப்பட்ட அரச நிறுவனங்களை தனியாருகோ அல்லது வெளிநாட்டு நிறுவனங்களுக்கோ விற்றுத் தொலைக்குமாறு பொருளாதார நிபுணர்கள் அலறிக் கொண்டிருக்கிறார்கள். வேதனை தரும் பொருளாதார சீர்திருத்தத்திற்கு படிப்படியாய்த் தன்னைத் தகவமைத்துக் கொண்டு வருகிறது இலங்கை. லட்சக்கணக்கான அரசு ஊழியர்கள் டிஸ்மிஸ் ஆனாலும் ஆச்சர்யப்பட ஒன்றுமில்லை.

நாடுகளுடன் நல்லெண்ணம் வளர்த்து 'நண்பேன்டா' என்று சந்தானம் ஸ்டைலில் சொல்லும் நிலையில் இப்போது இலங்கை இல்லை. அதற்கான கால அவகாசமும் அறவே இல்லை. ரணில் ஜனாதிபதியாகி ஒரு வாரம் ஆகிறது. ராஜபக்சே ஆட்சிக்கால பழைய கூட்டாளிகளான சைனாவும் ரஷ்யாவும் தவிர எந்தவொரு உருப்படியான நாடும் இதுவரை அவரை வாழ்த்தவில்லை. சர்வதேசமும் ஐரோப்பாயூனியனும் அரசியல் ஸ்திரத்தன்மையைப் பேணுமாறு திரும்பத் திரும்ப எல்.கே.ஜி பையனுக்கு சொல்வது போலச் சொல்லிக் கொண்டிருக்கின்றன.

அரசியல் ஸ்திரத்தன்மையைப் பேணுவது என்றால் பாராளுமன்றத்தில் அங்கம் வகிக்கும் சகல கட்சிகளையும் உள்ளடக்கிய ஒரு சர்வகட்சி ஆட்சி. மகிந்த ராஜபக்சே வழியில் எதிர்க்கட்சியில் இருந்து உறுப்பினர்களை வாங்காமல் மிகத் தெளிவான புரிந்துணர்வோடு இது சாத்தியமாக வேண்டும். மேலும் ஜனாதிபதிக்கு இருக்கும் கட்டற்ற அதிகாரங்கள் சர்வாதிகார ரூபம் கொண்டவை. அவை வரையறுக்கப்பட்டு பாராளுமன்றத்திற்கு பகிர்ந்தளிக்கப்பட வேண்டும். சட்டத்துறை, காவல் துறை அத்தனையும் சுயாதீனமாக வேண்டும். அரச நிறுவனங்களிற்கு பிரதானிகளை நியமிக்கும் போது எந்தவித அரசியல் தலையீடுமின்றி தகுதி அடிப்படையில் அமைய வேண்டும். ஊழலும் லஞ்ச லாவண்யங்களும் கடவுள் போல. எங்கேயும் இருக்கும். என்றைக்கும் ஒழிக்க முடியாது. ஆனால் அவற்றை வெகுவாய்க் குறைக்க வேண்டும். இதை எல்லாம் ரணில் செய்வாரா என்று தெரியவில்லை.

ஏனெனில் எவ்வளவுதான் நிறைவேற்று அதிகாரம் கொண்ட ஜனாதிபதியாக இருந்தாலும் ரணில் உட்கார்ந்து இருக்கும் நாற்காலியின் நான்கு கால்களுமே அவருக்குச் சொந்தமானவை அல்ல.

புரட்சி வென்று, தேசம் தோற்றது ஏன்?

மூக்குக் கண்ணாடியைக் கழற்றி கைக்குட்டையால் முகத்தைத் துடைத்துக் கொண்டார் முன்னாள் உச்ச நீதிமன்ற நீதியரசர். ப்ளாஷ் வெளிச்சங்கள் மின்னின. பாவமன்னிப்புப் படலம் ஆரம்பமாகியது.

'2005ம் ஆண்டு நான் ஒரு சின்னத் தப்பு செய்துவிட்டேன் மக்களே..! சுனாமி நிதியை மோசடி செய்ததாய் அப்போதைய ஜனாதிபதி வேட்பாளர் மகிந்த ராஜபக்சேவுக்கு எதிரான வழக்கு என்னிடம் வந்தது. சரியான தீர்ப்பைக் கொடுத்து மகிந்தவின் அரசியல் வாழ்க்கைக்கே ஆர்ட்டிலரி தாக்குதல் நடத்தி இருக்கலாம். ஆனால் நான் அவ்வாறு செய்யவில்லை. இப்போது என் மனச்சாட்சி உறுத்துகிறது. ஐயாம் ஸாரி!'

வெலவெலத்துப் போனது மீடியா மட்டுமல்ல... ஒட்டுமொத்த நாடும்தான்.

தேசத்தின் தலையெழுத்தை மாற்றத் தேவைப்பட்டது ஒரே ஒரு கையொப்பம். பால் பாய்ண்ட் பேனா

உபயம். வெறும் ஸாரி பூரியுடன் அநாயசமாய் எழுந்து போனார் முன்னாள் நீதியரசர். இதேபோன்ற இன்னொரு அவலம் சில நாள்களுக்கு முன்பு நடந்தது.

*2019*ம் ஆண்டு கோட்டாபய ராஜபக்சேவுக்கு ஜனாதிபதித் தேர்தலில் போட்டியிட அவரது அமெரிக்கப் பிரஜா உரிமை தடையாய் இருந்தது. அதைத் துறப்பதாக அறிவித்தார். இக்காலப் பகுதியில் அமெரிக்கத் தூதரகம் மகிந்த ராஜபக்சேவுடன் மூடிய அறைகளில் ஒரு வரையறையே இல்லாமல் பேசிக் கொண்டு இருந்தது. என்ன ஏது பேசப்பட்டது என்ற விவரமெல்லாம் தெரியாது. ஆனால் கோட்டாபய வேட்பு மனு தாக்கல் செய்த தினத்தில் அமெரிக்க குடியுரிமையை இழக்க முயன்று கொண்டிருக்கும் அமெரிக்கப் பிரஜையாகவே இருந்தார். தேர்தல் ஆணையாளருக்கு கோட்டாபய போட்டியிடுவதைத் தடுத்து நிறுத்தி, காத்தல் கடவுள் அவதாரம் எடுக்க சந்தர்ப்பம் தாராளமாய் இருந்தது.

ஆனால் அவர் அதைச் செய்யாமல் மௌன விரதம் அனுஷ்டித்தார்.. 'யாரும் எதிர்ப்புத் தெரிவிக்கவில்லை. எவரும் எதையும் கேட்கவுமில்லை. யாராவது கோட்டாபயவின் நாமினேஷனுக்கு எதிராய் குய்யோ முறையோ என்று கலவரம் செய்திருந்தால் மட்டுமே அன்று தன்னால் ஆக்சன் கிங் அர்ஜுனாக மாறி எட்டி உதைத்து இருக்க முடியும் என்று இப்போது சப்பைக்கட்டு கட்டுகிறார்.

இன்று ஐம்பத்து இரண்டு பில்லியன் டாலர் கடனுடன் இலங்கை திவாலாகி இருக்கிறது. எரிபொருள் தட்டுப்பாட்டால் பள்ளிகள் வாரத்தில் மூன்று நாள்கள் மட்டுமே நடக்கின்றன. அரசாங்க ஆபீஸ்களில் வெள்ளிக்கிழமையும் விசேட லீவு

வழங்கப்பட்டு இருக்கிறது. மீளவே எழமுடியாத வீழ்ச்சி மட்டுமல்ல. ஒரு தலைமுறையின் கல்வியும் சேர்ந்தே பாதாளத்தில் குப்புற வீழ்ந்து கிடக்கிறது. ஆனால் இந்தச் சீரழிவிற்கு ராஜபக்சே குடும்பத்தை மட்டும் ஒற்றை விரலை நீட்டிக் குற்றம் சொல்வது சரியானதல்ல. பதினேழு வருடங்களுக்கு முன்பு உச்சநீதிமன்ற நீதியரசரும் மூன்று வருடங்களுக்கு முன்பு தேர்தல் ஆணையாளரும் உருப்படியாய்த் தம் கடமைகளை ஆற்றியிருந்தால் சீரழிவின் பரப்பளவு இந்த அளவுக்கு இருந்து இருக்காது. உண்மையில் அவர்கள்தான் ஏதோ ஒருவகையில் இந்த பேரவலத்தின் குருநாதர்கள்.

ஒரு நாட்டை போட்டி போட்டுக் கொண்டு கந்தல் துணியாக்குவது அரசியல்வாதிகளா அதிகாரிகளா என்பது என்றைக்கும் விவாதப் பொருள்தான். ஆனால் இரு கை தட்டினால் தான் ஓசை வரும் என்பது போல மகத்தான நாசகாரியங்களில் எல்லாம் இந்த இரண்டு வர்க்கத்தின் பங்களிப்பும் சரிசம விகிதத்தில் கலந்தே இருக்கிறது. அரசியல்வாதிகளுக்குப் பாராளுமன்றம் செல்ல எந்தவித கல்வித் தகைமையும் தேவை இல்லை. அவர்களுக்கு ஓய்வு பெறும் வயது என்ற ஒன்றே இல்லை. கருணாநிதி இறந்திருக்காவிட்டால் இன்றும் அவர் தான் தமிழ்நாட்டில் முதலமைச்சர். அவர் வீல் சேரில் வருகிறாரா ஐ.சி.யூ.வில் இருந்து வருகிறாரா என்பது பற்றி எல்லாம் பிரச்னை இல்லை. ஆனால் அதிகாரிகள் விஷயத்தில் அதெல்லாம் இல்லை. அவர்களுக்கு முறையான கல்வித் தரம் தேவை. பணி செய்யும் கால எல்லை, வயது எல்லை இருக்கிறது. சுருக்கமாய்ச் சொன்னால் நல்லதோ கெட்டதோ ஒரு அரசு இயந்திரம் இயங்க அச்சாணியாய் இருக்கும் அறிவுஜீவித ஆத்மாக்கள் அவர்கள்தான்.

'எந்தவித அரச பதவிகளும் வகிக்க லாயக்கற்ற பேர்வழி' என்று உச்ச நீதிமன்றம் தடை செய்த பீ.பீ ஜயசுந்தர என்ற முன்னாள் நிதியமைச்சின் செயலாளரையே கோட்டாபய ராஜபக்சே ஜனாதிபதியானதும் தன் செயலாளர் ஆக்கிக் கொண்டார். ஜனாதிபதி செயலகம் ஆமை புகுந்த வீடு போல மாறியதில் மிக முக்கியப் பங்கு அவருடையது. அரசியலில் அரிச்சுவடி தெரியாத பாலகன் கோட்டாபயவின் அத்தனை நடவடிக்கைகளிற்கும் திரைக்கதை வசனம் இயக்கம் எல்லாமே ஜயசுந்தர தான். சொதப்பல் திலகமாய் கோட்டாபய பரிணமித்த பிறகு ஒரு கட்டத்தில் பதவியை அப்படியே அம்போவென்று போட்டுவிட்டு அலறியடித்துக் கொண்டு சொந்த ஊருக்குப் போய்ச் சேர்ந்தார் ஜயசுந்தர.

பேரழிவின் பெரிய அண்ணன்களில் ஒருவரான பசில் ராஜபக்சேவுக்கு மகிந்த ராஜபக்சேவின் தம்பி என்பதைத் தவிர அரசியலுக்குள் நுழைய வேறு எந்தத் தகுதியும் இருக்கவில்லை. கல்வித் தகைமையும் கிடையாது. அமெரிக்கா பிராஜவுரிமை இருக்கிறது. ஆனால் ஆங்கிலம் பேச வாயைத் திறந்தால் அது ஒரு முழு நீள நகைச்சுவைத் திரைப்படம் போல இருக்கும். அப்பேர்ப்பட்ட நபர் பொருளாதார அபிவிருத்தி அமைச்சராக இருந்திருக்கிறார். லேட்டஸ்டாக கோட்டாபய ஆட்சியில் நிதியமைச்சராக இருந்தார். மத்திய வங்கிக்கு ஆளுநராய் அஜித் நிவாட் கப்ரால் என்ற பேர்வழி வந்து வாய்த்தார். இத்தனைக்கும் சார்ட்டட் அக்கவுண்டன்ட் அவர். எதைப் படித்து என்ன பிரயோசனம்? பொருளாதாரமே புரியாத பசிலின் ஆணைக்கு வளைந்து நெளிந்து ஆடினார் படிப்பாளி கப்ரால்.

கஜானாவில் இருந்த எட்டு பில்லியன் டாலர் வெளிநாட்டு நாணயக் கையிருப்பு தீர்ந்து போய் தேசமே பிச்சைக்காரக் கோலம் பூணக் காரணமாய் இருந்தார். உச்சகட்ட கொடூரமாக, பணத்தை அச்சடித்தால் பணவீக்கம் ஏற்படாது என்று புதிய பொருளியல் கொள்கையை உலக சமூகத்திற்கு அறிமுகப்படுத்தினார். மேற்படியாருக்கு இன்று வெளிநாடு செல்லத் தடைவிதிக்கப்பட்டு இருக்கிறது. யாரோ ஒரு நல்லடியார் பொதுநல வழக்குத் தொடுத்து இருக்கிறாராம்.

ஆசியாவையே உலுக்கி எடுத்த வாட் மோசடி 2000ம் ஆண்டுகளின் தொடக்கத்தில் இங்கே நடந்தது. ஒரு ஆபீஸர் சிக்கவில்லை. அத்தனை பேரும் நாட்டைவிட்டுத் தப்பிச் சென்றார்கள். 2015ம் ஆண்டு ஜனாதிபதி சிறிசேனா, பிரதமர் ரணில் ஆட்சியில் *bond scam* என்று ஒரு நூதன பகற் கொள்ளை நடந்தது. தேசம் அடைந்த இழப்பு 11 மில்லியன் அமெரிக்க டாலர்கள். விஷயம் நாறத் தொடங்கியது. இந்த அழிக்க முடியாத பாவக்கறையை எங்கே போய்க் கழுவுவது என்று அரசு திணறிப் போனது. ரணிலின் ஆஸ்தான மத்திய வங்கி அதிபதியும் சிங்கப்பூர் பிரஜையுமான மகேந்திரன் ஒரே ஓட்டமாய் சிங்கப்பூருக்கு ஓடிக் களைப்பாறினார்.

இப்படி பக்கம் பக்கமாய் எழுதவும் பேசவுமாய் கொள்ளைகளும் சுருட்டல்களும் வரிசை கட்டி நிற்கின்றன. அதிகாரிகள் என்ற இனம் இல்லாமல் வெறும் அரசியல்வாதிகளால் இது எதுவும் சாத்தியமே இல்லை.

பெரும் புரட்சி நடந்து கோட்டாபயவை துரத்தியடித்தது. நாளை தேர்தல் நடந்தால் இங்கே

இருக்கும் முக்கால்வாசிப் பேர் அட்ரஸ் இல்லாமல் போவார்கள். தேர்தல் வராது போனாலும் ஜனாதிபதிகளும் பிரதமர்களும் அமைச்சர்களும் மந்திரிகளும் ஐந்தாண்டுகளுக்கு ஒரு தடவை மாறிக் கொண்டே இருக்கிறார்கள். ஆனால் அதிகாரிகள் யாரும் வீடு செல்வதே இல்லை. அவர்கள்தான் இங்கே சிஸ்டமே. ஊழல் நாற்றம் சந்தி சிரிக்கும் வரை பதவிகளையும் பவிசுகளையும் அனுபவித்துத் தீர்க்கலாம். அதுவரை கணக்கு வழக்கு இன்றி அதிகார துஷ்பிரயோகம் செய்யலாம். கேட்க ஒரு நாதி கிடையாது.

*2015*ம் ஆண்டு மகிந்த ராஜபக்சேவை ஜனாதிபதித் தேர்தலில் தோற்கடித்த சிரிசேனா - ரணில் தரப்பு ஆரம்பத்தில் இதயசுத்தியுடன் சுற்றிச் சுழன்றது. லஞ்ச ஊழல் ஆணைக் குழுக்கள் வீரியம் பெற்றன. போலிஸுக்கு அதிகாரம் தாராளமாய் வழங்கப்பட்டது. நீதித் துறை எங்கும் புது உற்சாகம் பீய்ச்சி அடித்தது. ஆனால் இதெல்லாம் வெறும் ஆரம்ப ஜோர் தான். ஒரு கட்டத்தில் எல்லாமே தேக்கநிலை அடைந்தன. லஞ்ச ஊழல் ஆணைக்குழுவின் தலைவி தில்ருக்சிக்கும் ஜனாதிபதி சிரிசேனாவுக்குமிடையில் லடாய் மூண்டது. மகிந்த ராஜபக்சேவின் மனைவிக்கு விசாரணைக்கு செல்ல உடலில் தெம்பு இல்லை என்று சொல்லப்பட்டதால் கருணை வள்ளல் ரணில் போலிஸை வீட்டுக்கு அனுப்பி வைத்தார். இப்படி ஏட்டிக்குப் போட்டியாய் ஆளாளுக்கு டீல் போட்டார்கள். இடைத்தரகர்களாய் அதிகாரிகள் புகுந்து விளையாடினார்கள். மக்களின் அபிலாஷைகள் மண்ணாகிப் போகின. ஆனால் அதே அதிகாரிகள் இன்னமும் பணி செய்து கொண்டு இருக்கிறார்கள். அவர்களைப் பொறுத்தவரை

அவர்கள் எப்போதும் ஆளும் கட்சியின் விசுவாசமிகு சந்தாதாரர்கள். எஜமானார்கள் மாறுகிறார்கள். அவ்வளவுதான்.

இனியொரு மக்கள் புரட்சி ஏற்படாமல் இருக்க அதிகார வர்க்கம் தன்னால் முடிந்த அத்தனையையும் இப்போது செய்து கொண்டிருக்கிறது. வழக்கமான தன் சொகுசு வாழ்க்கைக்கு போராட்டங்களும் அதன் ஊடே விரியும் சிஸ்டம் சேஞ்ச் கோஷங்களும் பெரும் சம்மட்டி அடியாய் மாறும் என்று அவர்களுக்கு நன்கு தெரியும். ஆகவே புரட்சியை ஒடுக்க முனையும் ரணிலுக்கு அத்தனை பெரும் தலைகளும் நாமம் போடுவதைக் காண முடிகிறது. தங்களுக்கு இப்போதுதான் முழு அதிகாரம் கிடைத்து இருக்கிறது என்கிறார் பாதுகாப்பு அமைச்சின் செயலாளர்.

பிரதமரின் அலரி மாளிகையில் இருந்த தேங்காய் துருவியை திருடிச் சென்றவரை போலிஸ் துருவித் துருவி விசாரித்துக் கொண்டே இருக்கிறது. ஜனாதிபதி மாளிகையில் அயர்ன் பாக்ஸை திருடிச் சென்றவரை கைது செய்து இருக்கிறார்களாம். கோட்டாபயவின் *wifi* ஐ பயன்படுத்திய நபர்கள், ப்ரிட்ஜில் இருந்த பீரும் பிறவும் சாப்பிட்ட ஆசாமிகள் என்று கூண்டோடு கைது நடக்கிறது. அதிகார வர்க்கமும் அரசியல்வாதிகளும் மீண்டும் கைகோர்த்து இருக்கிறார்கள். இதுதான் கடைசிச் சந்தர்ப்பம் என்று எல்லோருக்கும் தெரியும். இந்த ராஜதானி இத்தோடு வீழ்ந்தால் தமக்குப் பழக்கமே இல்லாத புரிந்து கொள்ள முடியாத ஜனதா விமுக்தி பெரமுன வந்து உட்கார்ந்து கொள்ளும் என்று அதிகார வர்க்கத்திற்கும் நன்கு தெரியும். ஆகவே தேசத்தை ஓட்டாண்டியாக்கிய பெரும் பெரும் கள்வர்களுக்கு சல்யூட் அடித்துக் கொண்டு கோட்டாபயவின்

உள்ளாடையைத திருடிச் சென்றவர்களை தேடிக் கொண்டிருக்கிறது காவல்துறையும்.

வெறும் ஆட்சியாளர்களுக்கு எதிராக 'கோ ஹோம்' என்று சத்தமிடுவதால் மட்டும் ஒரு புண்ணாக்கு மாற்றத்தையும் ஏற்படுத்த முடியாது என்பதற்கு நிதர்சனம் இலங்கையில் ஏற்பட்ட புரட்சிதான். சிஸ்டம் சேஞ்ச் என்பது வெறும் அரசியல்வாதிகளை மட்டும் தூக்கியடிப்பதல்ல. பொதுமக்கள் எவ்வளவுதான் அப்பிராணியாய் இருந்து கொண்டு நல்லாட்சி வேண்டிப் போராடினாலும் ஆகப் போவது ஒன்றுமில்லை. காட்ஃபாதர்களான அதிகாரிகள் என்ற வர்க்கம் முற்று முழுதாகப புனரமைக்கப்பட வேண்டும். அப்படி அல்லாதபட்சத்தில் கடவுளே வந்து ஆண்டாலும் பெரும் குளறுபடியில்தான் முடியும்.

சித்தாந்த வியாபாரிகள்

2018ம் ஆண்டு பாகிஸ்தான் நாடாளுமன்றத் தேர்தலில் இம்ரான் கான் வெற்றி பெற்றதில் இருந்து ஜே.வி.பி (ஜனதா விமுக்தி பெரமுன)க்கு ஒரு அசகாய நம்பிக்கை வந்தது போல இருந்தது. அவர்களது தொண்டர்கள் எல்லாம் தினமும் இந்த வெற்றியைப் பற்றியே பிரஸ்தாபித்தார்கள். பாகிஸ்தானில் இருபெரும் கட்சிகளையும் புறம் தள்ளிவிட்டு இம்ரான் கானுக்குச் சாத்தியமான வெற்றி ஏன் நமக்கு கைவரவில்லை என்றே விவாதங்கள் அமைந்தன.

நவாஸ் ஷெரீபும் ஆஸிப் அல் சர்தாரியும் பூட்டோவும், இவர்களுக்கு எல்லாம் களைப்பு வந்த போது முஷாரபும் பாகிஸ்தானைப் பிய்த்து தின்ற மாதிரி அல்ல இலங்கை நிலவரம். இவர்கள் அத்தனை பேரும் பாகிஸ்தானில் உட்கார்ந்து சாப்பிட்டு ஏப்பம் விட்டதை ராஜபக்சே குடும்பம் இங்கே ஒரே தவணையில் செய்தது நிஜம். ரணில், மைத்திரிபால சிரிசேனாவின் ஆட்சி தந்த நம்பிக்கையீனமும், பொறுப்பற்ற நிர்வாகமும் ஏற்படுத்திய அவலங்கள் நிஜம்.

இப்படி எல்லாம் இருந்தும் பாகிஸ்தானில் இம்ரானுக்கு அடித்த வாய்ப்பு இங்கே மூன்றாவது பெரிய சக்தியான ஜே.வி.பிக்கு அமையாததற்குத் தலையாய காரணம் ஒன்றே ஒன்றுதான். இம்ரான்கானின் கட்சிக்கு குற்றப் பின்புலம் எதுவும் இருக்கவில்லை. ஜே.வி.பிக்கு இருக்கவே இருக்கிறது *1971* மற்றும் *1988 - 1989*ம் ஆண்டுகால இரத்த சரித்திரம்.

ஜே.வி.பியின் மிகப் பெரும் பலமே சோஷியல் மீடியாவில் இருக்கும் அதன் இளைஞர் பட்டாளம் தான். இதில் அனேகமானோர் தொண்ணூறுகளிற்குப் பின்பு தரணியில் அவதரித்தவர்கள்.

*2019*ம் ஆண்டு இந்தியப் பாராளுமன்றத் தேர்தலில் மோடி அரசு படுதோல்வியடையும் என்ற பிம்பமே தமிழக சோஷியல் மீடியா விற்பன்னர்களின் ஆருடமாய் இருந்தது. ஆனால் நடந்ததோ வேறு. அதே போலத்தான் ஜே.வி.பி பற்றிய சோஷியல் மீடியா அபிப்பிராயங்களும்.

இலங்கை இப்போது இருக்கும் திரிசங்கு நிலையில் இருந்து மீட்டெடுக்கப் பொருத்தமான ஆசாமி யார் என்று எந்த அகால வேளையில் கருத்துக் கணிப்பு நடத்தினாலும் ஜே.வி.பி தலைவர் அநுரகுமார திஸாநாயக்க பயங்கர மெஜாரிட்டியுடன் வெல்வார். இது இன்று நேற்றல்ல. கடந்த மூன்றாண்டுகளாய் இதுதான் நிலைமை. ஆனால் கள யதார்த்தம் வேறு. கடந்த பாராளுமன்றத் தேர்தலில் நாடு முழுக்க அதன் வாக்கு வங்கி மூன்று சதவீதம் மட்டுமே.

கடந்த இரண்டரை வருட கோட்டாபய ஆட்சி தந்த அகோர அனுபவங்களும், முறையற்ற நிர்வாகமும் பொதுமக்கள் மத்தியில் ஒட்டுமொத்த சிஸ்டத்தின் மீதும் வெறுப்பை ஏற்படுத்தின. 'புத்தம் புதிதாய்

யாராவது வந்து ஆண்டு கொள்ளட்டும். மாறி மாறி ஆட்சி செய்யும் கொள்ளைக் கோஷ்டிகள் வேண்டாம்' என்ற அபிப்பிராயம் மேலோங்கியது. தன்னிச்சையாக மக்கள் வீதிகளுக்கு இறங்கினார்கள். அது பாரியப் புரட்சியாய் வெடித்த போது ஜே.வி.பியும் இன்ன பிற இடதுசாரி சோஷலிசக் கட்சிகளும் சந்தர்ப்பத்தை மிக லாவகமாய்ப் பயன்படுத்திக் கொண்டன. கட்சி பேதமின்றி குழுமிய காலிமுகத்திடல் மக்கள் வெள்ளத்தை பின்நின்று வழிநடத்தும் ரிமோட் கண்ட்ரோல் ஆனது ஜே.வி.பி.

கோட்டாபயவும் தப்பியோடி பாராளுமன்றத்தைத் தவிர அத்தனையும் போராட்டக்காரர்களின் கரங்களில் வீழ்ந்து எல்லாமே கூப்பிட்ட குரலுக்குப் பழகின நாய்க்குட்டி போல மாறிப் போயிருந்தன. முப்படைகளும் விலகி நின்று சல்யூட் அடித்தன. ஆனானப்பட்ட ஜனாதிபதி மாளிகை, ஜனாதிபதி செயலகம் எல்லாம் வீழ்ந்த பிறகு இன்னும் என்ன வேண்டி இருக்கிறது..? இதுவே எகிப்து மாதிரி நாடாய் இருந்தால் அரபு பேசும் அநுரகுமார ஒருவர் தான் அங்கே ஜனாதிபதியாகி இருப்பார். எகிப்து என்று இல்லை. அகில உலக வழக்கமே அதுதான்.

ஆனால் அவர்கள் பழக்க தோஷ கோஷமான 'ரணில் கோ ஹோம்' என்று சொல்லத் தொடங்கினார்கள். கடைசியில் ரணில், கோட்டாபயவின் கட்சியின் மந்திரிகளின் துணையுடன் ஜனாதிபதியாகி முன்னணிப் போராட்டக்காரர்கள் ஒவ்வொருவராய் கைது செய்து கொண்டிருக்கிறார். இந்தப் போராட்டம் தந்த பெருநன்மை அரசியல்வாதிகளைப் பற்றிய பயபக்தியை, அடிமை விசுவாசத்தை மக்கள் மத்தியில் இருந்து முற்றாய்க் கலைத்ததுதான். அதற்கான முழு பங்களிப்பும் ஜே.வி.பியையே சாரும்.

ஒரு பொன்னான வாய்ப்பு பழுப்பு நிற அரசாங்க வாசனை அடிக்கும் கவரில் சுற்றி வந்த போதும் அதை ஏன் ஜே.வி.பி பயன்படுத்தாமல் சொதப்பியது என்ற கேள்விக்குப் பதில் அவர்களைத் தவிர யாருக்கும் தெரியாது.

ரணிலையும் பதவி விலக்கி சபாநாயகரைத் தற்காலிக ஜனாதிபதியாக்கி அவசரமாய் ஒரு பாராளுமன்றத் தேர்தலுக்குச் செல்ல வேண்டும் என்றே ஊடக சந்திப்புக்கள் தோறும் அவர்கள் சொல்லிக் கொண்டு இருந்தார்கள். 'புரட்சியால் மட்டும் ஆட்சியைக் கவிழ்க்கவில்லை. மக்கள் படையே எம்மோடுதான் இருந்தது' என்று நாளை பின்னே அறிக்கைவிட எண்ணியிருக்கலாம். அப்படி ஒரு தேர்தல் நடந்தால் கணிசமான பாராளுமன்ற உறுப்பினர்களை ஜே.வி. பி பெற்று ஆட்சியைத் தீர்மானிக்கும் சக்தியாகத் திகழுமே ஒழிய 113 ஆசனங்களை எல்லாம் பெற்று ஆட்சி அமைக்கும் நிலைக்கு அதன் பலம் இல்லை. இது எல்லோரையும் விட ஜே.வி.பிக்கு நன்கு தெரியும்.

இருந்தபோதிலும் தொங்கு பாராளுமன்றம் அமைந்து ஏதாவது கட்சியுடன் தேனிலவுக்குச் சென்று காலம் முழுக்க நெருக்குவாரம் கொடுத்துக் கொண்டு இருப்பதைப் போன்ற ஜாலி வேறு எங்கே இருக்கிறது..?

'முதலில் உன் நாட்டில் அரசியல் ஸ்திரத்தன்மையை ஏற்படுத்து. அப்புறமாய் உதவி செய்வதைப் பற்றி யோசிக்கலாம்' என்ற ஒற்றை வரிப் பதிலே சர்வதேச நாணய நிதியம் மற்றும் உலக வங்கியின் அறிக்கைகளில் இருக்கும் சாரம்சம். ஜனாதிபதி ரணில் விக்ரமசிங்க தினமும் பாராளுமன்றத்தில் அங்கம்

வகிக்கும் ஒவ்வொரு கட்சியுடனும் பேச்சுவார்த்தை நடத்திக் கொண்டிருக்கிறார்.

ரணிலுக்கு என்று விசேட மணம், குணம், நிறம் இருக்கிறது. ரணில் எதிர்க்கட்சித் தலைவராய் இருந்த காலத்தில் இருந்து அப்படித்தான். கட்சியில் இருக்கும் அனைவரிடமும் அபிப்பிராயம் கேட்பார். ஆளாளுக்கு சொல்வதை எல்லாம் குறித்துவைத்துக் கொள்வார். பிரதமராய் இருந்த போது கெபினட்டிலும் இதே நிலமைதான். ரணிலைப் பற்றி எந்தச் சமாசாரமும் தெரியாத வேற்றுக் கிரகத்தில் இருந்து பறக்கும் தட்டில் வந்த ஒருவன் இதை எல்லாம் ஜனாதிபதி மாளிகையின் ஜன்னல் வழியாக அவதானித்தால் 'அட இவனல்லவா ஜனநாயகவாதி' என்று புல்லரித்துப் போவான். ஆனால் உண்மை அதுவல்ல. எல்லோரது கருத்துக்களையும் செவிமடுத்தபிறகு தான் விரும்பியதைச் செய்துவிட்டு போவார் ரணில். ஆனால் இந்த இக்கட்டான கட்டத்திலாவது ரணில் புத்தி தெளிந்து இருப்பார் என்ற நப்பாசையில் அத்தனைக் கட்சிகளும் ஆர்வமாய்த் தம் எண்ணங்களைப் பகிர்ந்து கொண்டிருக்கின்றன.

‘ரணிலை நம்ப நாம் தயாரில்லை, சர்வ கட்சி ஆட்சியில் தாம் பங்கெடுக்கப் போவதில்லை’ என்று ஜே.வி. பி திட்டவட்டமாய் அறிவித்துவிட்டது. பதிலாக யோசனைகள் அடங்கிய பொதி ஒன்றை ஜனாதிபதி செயலகத்திற்கு அனுப்பி வைத்திருக்கிறது.

சர்வகட்சி ஆட்சி அமையும்பட்சத்தில் அதன் ஆயுள்காலம் வெறும் ஆறுமாதகாலமாய் இருக்க வேண்டும் என்கிறது ஜே.வி.பி. அதற்குள் தேர்தல் நடத்தப்பட வேண்டும். இதற்கு ரணில் உடன்படுபடுகிறாரோ, இல்லையோ...

பாராளுமன்றத்தில் இருக்கும் முக்காவாசிப் பேர் உடன்பட மாட்டார்கள். இப்போதைய நிலையில் தேர்தல் என்ற முடிவுக்குப் போவது என்பது தாரப் பீப்பாயை தலையில் கொட்டிக் கொள்வதைப் போன்ற ஒன்று என்பது அனைவருக்கும் தெரியும்.

ஒட்டுமொத்தமாய் ஆட்சியாளர்கள் மீது மக்கள் இழந்திருக்கும் நம்பிக்கையை எப்படி மீளக் கட்டியெழுப்புவது என்று ரணில் திணறிப் போயிருக்கிறார். அதற்கேற்றாற் போல ஜே.வி.பியும் தன் அதிரடிப் பிரசாரங்களைத் தீவிரமாய் முடுக்கி விட்டுள்ளது.

கொந்தளித்துப் போய் இருக்கும் மக்களிடமிருந்து கொஞ்சமாவது மீட்சி பெற ரணிலும் ஏதேதோ செய்து கொண்டு இருக்கிறார். எண்பது ரூபாவிற்கு இருந்த பருப்பு ஒரு கிலோவின் விலை அறுநூறு ரூபா வரை சென்றது. யார் செய்த புண்ணியமோ தெரியவில்லை. நானூற்று பத்து ரூபாவுக்கு குறைத்து இருக்கிறார் ரணில். ஆயிரத்து ஐந்நூறு ரூபாவுக்கு இருந்த காஸ் சிலிண்டர் ஐயாயிரத்துக்கு எகிறியது.இப்போது ரூ *4700* ஆகக் குறைக்கப்பட்டுள்ளது. பெட்ரோலுக்கு முன்பு பெரும் வரிசை இருந்தது. இப்போது கிழமைக்கு இவ்வளவுதான் என்ற ரேஷன் சிஸ்டம் வந்து இருப்பதால் முண்டியடிப்புகளோ வரிசைகளோ இல்லை. அவல நகைச்சுவைதான் என்றாலும் அடிமட்ட மக்களுக்குப் பிடித்து இருக்கிறது.

ஜே.வி.பி இது எதையும் ரசிக்கவில்லை. ‘சுனாமி வருமுன்னர் கடல் உள்வாங்கிக் கொண்டது. மீன்களைப் பிடிக்க மீனவர்கள் அலைமோதினர். கடைசியாக பாரிய சுனாமி அலை வந்து கபளீகரம் செய்துவிட்டுப் போனது. அதேபோல ஒன்றுதான் இப்போது நடக்கிறது. வழித்துத் துடைக்கப்பட்ட

கஜானாவில் இருந்து தற்காலிக நிவாரணம் எதுவுமே சாத்தியமே இல்லை. கொஞ்ச நாள் பொறுங்கள். எல்லாமே வெடித்து சிதறும். அப்போது நாம் கழுதையாய் கத்தியதன் அர்த்தம் புரியும்' என்கிறது ஜே.வி.பி.

ஆனால் பழையபடி சைனா - ரஷ்யா புராணம் பேசினால்யாராவது அடிக்கவருவார்கள்என்று ஜே.வி. பி கணித்து இருக்கக் கூடும். இப்போது சித்தாந்தங்கள் எதையும் பேசுவதில்லை. திருகோணமலையில் இல்மனைட் இருக்கிறது. மன்னாரில் எண்ணெய் வளம் இருக்கிறது. கந்தல் துணியாய் சீரழிந்து இருக்கும் தேசத்திற்கு ரோல்ஸ்ராய்ஸ் காரின் பளபளப்பை வழங்க வெறும் உள்நாட்டு இயற்கை வளங்கள் மட்டுமே தாராளமாய் போதும். ஊழலை ஒழித்து வெளிப்படைத்தன்மையை ஏற்படுத்தி துறைசார் வல்லுனர்களை நாட்டிற்குத் தருவித்தால் எல்லாமே வசப்படும் என்கிறது ஜே.வி.பி.

ஜே.வி.பி 2004ம் ஆண்டு அப்போதைய ஜனாதிபதி சந்திரிகா அரசுடன் கூட்டணி அமைத்தது. ஆனால் சில மாதங்களில் கூட்டணியில் இருந்து வெளியேறியது. 2005ம் ஆண்டு மகிந்த ராஜபக்சேவுடன் கூட்டணி சேர்ந்தது. ஆனால் அரசில் பங்கெடுக்காமல் நழுவியது. ஜே.வி.பியின் சரித்திரமே இப்படித்தான். அவர்களைப் போன்று பேச்சுத் திறன் பெற்ற அரசியல்வாதிகள் இங்கே யாருமே இல்லை. எந்தவித காகிதமோ, பைலோ இன்றி மேடைக்கு ஏறி ஒரு டேட்டா பேஸை ஒப்புவிப்பது போல கடகட என்று ஊழல்களை சொல்லிக் கொண்டு போவார்கள். புள்ளிவிபரம் எல்லாம் ஒரு தசம் தப்பாமல் அத்தனை பவித்ரமாய் இருக்கும். ஆனால் பொறுப்பு என்ற ஒன்று வரும் போது நழுவும் போக்கே தொடர்கிறது.

மக்கள் மத்தியில் பெரும் பிரசாரத்தை முன்னெடுத்து ஆட்சிகளில் பங்குதாரர்களாகிவிட்டு இடையில் அம்போவென்று கைகழுவிக் கொண்ட சந்தர்ப்பங்களை ஜே.வி.பிக்கு சரித்திரத்தில் இருந்து மேற்கோள் காட்டினால் 'தங்கள் கொள்கைகளுக்கு ஒத்து வரவில்லை. ஆகவே தூக்கிப் போட்டுவிட்டு வெளியேறினோம்' என்று ஒற்றை வரியில் அடித்துவிடுவார்கள்.

ஆனால் அந்த ஒற்றை வரிதான் அவர்களது மொத்த சரித்திரமும். ஒரு வாய்ப்பு தந்து பார்க்கலாம் என்ற எண்ணம் மக்களுக்கு வருமானால் முதலில் எழுகிற ஞாபகமும் அந்த ஒற்றை வரியாகத்தான் இருக்கும்.

சித்தாந்தவாதிகளாகக் கடைசிவரை இருந்துவிட்டுப் போனால்கூடப் பிரச்னை இல்லை. சித்தாந்த வியாபாரிகளாகும்போதுதான் குடைச்சலே ஆரம்பிக்கிறது.

டிராகனுக்குப் பிடித்தது சிங்கக் கறி

'பத்துக் கிலோமீட்டர் தூரத்தில் விமான நிலையம் இருக்கிறது' என்ற பெயர்ப் பலகையும், 'வன யானைகள் குறுக்கிடும் பகுதி, கவனம்' என்று கிலி பிடிக்க வைக்கும் இன்னொரு அறிவித்தல் பலகையும் அடுத்தடுத்து நடப்பட்டிருந்தால் விமானநிலையத்திற்குச் சென்று கொண்டிருக்கும் பயணிக்கு எப்படியிருக்கும்? இப்படியொரு கோமாளித்தனத்தை இலங்கைக்குத் தெற்கே மகிந்த ராஜபக்சேவின் பிறந்த மாவட்டமான ஹம்பாந்தோட்டையிலிருந்து இருபத்தெட்டு கிலோமீட்டர் தூரத்திலிருக்கும் மத்தளை ராஜபக்சே விமான நிலையத்தை நோக்கிச் செல்லும் போது ரசித்து மகிழலாம்.

காட்டில் அதன்பாட்டுக்கு சுற்றித் திரிந்த மயில்களையும், மான்களையும் யானைகளையும் மிரண்டோடச் செய்த மகிந்த ராஜபக்சே அரசு, 2013ம் ஆண்டு கட்டிய விமான நிலையம் அது. ஒரே வரியில் சொன்னால் பைசா தேறாத வெறும்

கொங்கிறீட் மாளிகை, குட்டி போட்ட வட்டிகளுடன் 260 மில்லியன் டாலர்கள் சைனக் கடனில் மூழ்கித் திணறிக் கொண்டிருக்கிறது.

கொழும்பு கட்டுநாயக்க விமானநிலையம் பரபரப்பாய் இயங்கிக் கொண்டிருந்த போது நெருக்கடியை சற்றுக் குறைக்கவும், எதிர்காலப் பயன்பாடு கருதியும் இருக்கின்ற ரன்வேக்குச் சமாந்திரமாய் மற்றொரு ரன்வே ஒன்றை அமைப்பதன் அவசியம் பற்றி துறைசார் வல்லுநர்களால் எடுத்துரைக்கப்பட்டது. வெறும் ஓடுபாதையை அமைத்தால் அது ஓடுகாலி மாதிரி. நிலைத்து நிற்காது. தன் பெயரிலொரு விமான நிலையம் இல்லாவிட்டால் எதிர்காலச் சந்ததி தன்னை எப்படி நினைவுகூரும் என்று மகிந்த ராஜபக்சேவின் தூர அல்லது துப்பட்டா நோக்கான செயல்திட்டம்தான் இந்த விமான நிலையம். இது எந்தளவுக்கு பிரமாண்டம் என்றால் ஏர்பஸ் 380 மற்றும் அண்டனோவ் ரக ஜம்போ விமானங்களையெல்லாம் இதன் ரன்வேயில் மிகச் சாதாரணமாய்த் தரை இறக்கலாம்.

சோபையற்றுப் போன விமான நிலையத்தை எப்படியாவது கரைசேர்க்க வலுக்கட்டாயமாக விமானச் சேவைகளை வரவழைத்து வரி விலக்களித்துப் பார்த்தார்கள். சென்னை, பாங்கொக் போன்ற நகரங்களிலிருந்து கொழும்பு வந்த விமானங்களைப் பிடித்து அப்படியே டைவர்ட் செய்தும் பார்த்தார்கள். ஒரு கொசு இறங்கவும் இல்லை. ஏறவும் இல்லை. நேர விரயமும் எரிபொருள் நட்டமும் தான் கண்ட பலன். 2019ம் ஆண்டில் வெறும் 4700 பயணிகள் தான் வந்துபோய் இருக்கிறார்கள். கொரானா கோலோச்சிய 2020, 2021களைப் பற்றிப் பேசவே தேவையில்லை.

இதே விமான நிலையத்திலிருந்து முப்பது கிலோமீட்டர் தூரத்தில் இன்னோர் உலக அதிசயம் இருக்கிறது. மகிந்த ராஜபக்சே அடிகளாரின் பெயர் பொறிக்கப்பட்ட ஹம்பாந்தோட்டைத் துறைமுகம். 1.3 பில்லியன் டாலர்கள் சைனக் கடனில் மூழ்கி எழுந்ததற்குக் கிடைத்த பிரதி பலன் ஆறு சதவீத வட்டி என்ற அதிர்ஷ்டக் கல் மோதிரம். துறைமுகத்தை நிர்மாணிக்கும் பணிகள் தொடங்கிய ஆரம்ப நாள்களில் அசைக்கவே முடியாத கற்பாறைகள் இருந்தன. அவற்றை உடைப்பதால் கடல் அரிப்பு ஏற்படலாம் என்றெல்லாம் நிபுணர்களால் எச்சரிக்கப்பட்டது. 'உன் எச்சரிக்கை யாருக்குத் தேவை' என்று யாரையும் சட்டை செய்யாமல் மகிந்த ராஜபக்சே 2010ல் கட்டி முடித்தார்.

‘இனி சிங்கப்பூர்த் துறைமுகத்தின் காலம் முடிந்தது. கிழக்காசியாவைக் குறி வைக்கலாம். டாலர் மழை முடிவே இல்லாமல் ஆகா ஓகோ என்று கொட்டப் போகின்றது’ என்றே அரச தொலைக்காட்சிகளும் வானொலிகளும் தினமும் புகழ்பாடின. ஆனால் கப்பல் ஒன்றை வரவழைப்பதே கடைசியில் பெரும்பாடானது. ஏற்கெனவே கொழும்புத் துறைமுகம் செழிப்பாய் இயங்கிக் கொண்டிருந்த நிலையில் அநாவசியமாய் இப்படியொரு பேரழிவு நடந்து முடிந்தது.

2015ம் ஆண்டு சிரிசேனா - ரணில் ஆட்சியின் போது சுமக்க முடியாத இந்தப் பெருங்கடனில் இருந்து எப்படி மீள்வது என்று திணறிய அரசு, வேறு வழியின்றி 'பேசாமல் நீயே வைத்துக் கொள்' என்று தொண்ணூற்றொன்பது வருடகாலத்திற்கு 1.12 பில்லியன் டாலர்கள் குத்தகைக்கு துறைமுகத்தையும் சுற்றிவர பதினைந்தாயிரம் ஏக்கர் நிலத்தையும்

சைனாவிற்கே தாரை வார்த்தது. இந்த வைபவத்தின் போது ரணில் 'மேன் ஆப் த மேட்ச்' வென்ற டெண்டுல்கர் போலக் காசோலையைத் தாங்கியவாறு நின்று கொண்டிருந்தார். அப்போது ராஜபக்சே தரப்பு, நாட்டின் வளத்தை சைனாவிடம் ரணில் விற்று விட்டதாய்ச் சீறியது மற்றொரு கொடூர நகைச்சுவை.

நாட்டிலேயே மிகப் பெரிய மாநாட்டு மண்டபம் தன் ஊரில் தான் இருக்க வேண்டும் என்று மகிந்த ராஜபக்சே கட்டிய இன்னொரு சுவர்க்கம் தான் 'மாகம்புர மாநாட்டு மண்டபம்'. செலவு மட்டும் 15.3 மில்லியன் டாலர்கள். படியளந்த பெருமான் வழமை போல ஷி ஜிங் பிங். நவீன உணவகம், கண்காட்சி வளாகம், அதி நவீன மியுசிக் அரங்கம் என்று ஏகப்பட்ட சொகுசுகள் உள்ளே கொட்டிக் கிடக்கின்றன. ஆனால் 2013ம் ஆண்டு பொதுநலவாய நாடுகளின் மாநாடு நடந்த பிறகு இதுவரை எந்த அற்புதமும் நடக்கவில்லை. இன்னாளில் மண்டபத்திற்கு முன்னே நாலைந்து கட்டாக்காலி மாடுகள் மேய்ந்து கொண்டு இருக்கின்றன.

‘சூரியவெவ மகிந்த ராஜபக்சே கிரிக்கட் மைதானம்’என்ற இன்னொரு பிரமாண்டப் படைப்பும் இதே ஹம்பாந்தோட்டையில் இருக்கிறது. மைதானத்திற்குத் தண்ணீர் ஊற்றவும் புல்லு வளர்க்கவுமே இன்று ஏகப்பட்ட பணம் பறக்கிறது.

சரி. போகட்டும். ஏதோ தன் ஊரை, அதுவும் தெற்கே எங்கோ ஒரு மூலையில் இருக்கும் பகுதியைத் தலைநகரமாக்க விடாமுயற்சி செய்து பார்க்கிறார் என்றால் அவ்வளவோடு விதியின் விளையாட்டு நின்றுவிடவில்லை.

கொழும்பின் மையத்தில் ‘தாமரைக் கோபுரம்’என்ற பெயரில் 104.3 மில்லியன் டாலர்கள் கடனில் முன்னூற்றைம்பது மீட்டர் உயரத்திற்கு ஒரு கட்டிடத்தை சைனா கட்டிக் கொடுத்தது. துபாய்க்கு புர்ஜ் கலீபா கட்டிடம் போல நமக்கு இப்படி ஒன்று என்று பெருமைபடக் கூறியது ராஜபக்சே தரப்பு. அடுத்த வேளைச் சோற்றுக்கு வழியில்லாத ஏழை பாழைகளின் பெருமூச்சு எப்போதோ அந்த கட்டடத்தின் உயரத்தை ஓவர்டேக் செய்துவிட்டது.

'எல்லாமே அமைத்தாயிற்று. இருந்தாலும் ஏதோ ஒன்று குறைகிறதே..! பேசாமல் கடலைக் குடைந்து மண் நிரப்பி ஒரு செயற்கை நகரத்தை உருவாக்கினால் என்ன' என்று யாரோ ஒரு ராஜபக்சேவுக்கு தோன்றி இருக்கும். சைனாவிடம் திட்டத்தை விவரித்தார்கள். 'அருமை தோழி' என்று 'வாவ்' ரியாக்ட் செய்துவிட்டு மளமளவென்று பணியை ஆரம்பித்தது சைனா.

சரித்திரப் பிரசித்தி பெற்ற காலிமுகத்திடலிற்கு முன்னால் இருக்கும் கடல் பரப்பில் பல லட்சம் க்யூப்கள் மணல் கொண்டு வந்து கொட்டப்பட்டது. 2.69 சதுர கிலோ மீட்டரில் ஒரு மினி நகரம் அமைக்கும் பணி ஆரம்பமானது. மொத்தச் செலவு 15 பில்லியன் டாலர்கள்.

உலகத்தை விழுங்க நினைக்கும் சைனப் பட்டுப்பாதைத் திட்டத்தின் அசகாயமான இணைக்கும் புள்ளியாய் இந்நகரம் அமையப் போகிறது என்கிறார்கள் அரசியல் விமர்சகர்கள். எழுபது சதவீதமான இந்தியக் கப்பல்களைப் படுத்துக் கொண்டே இங்கிருந்து அவதானிக்கலாம் என்பது இந்திய - சைன லடாய்க்கான இன்னொரு திறவுகோல்.

நகரம் முழுக்க முழுக்க சைனக் கட்டுப்பாட்டில் இருக்கும். இலங்கை அரசியல் யாப்பின் விதிகள் இங்கே எடுபடாது. பணச் சலவையின் கேந்திர முக்கியத்துவமிக்க இடமாய் இது மாறி சட்டவிரோத குடியரசு போலத் திகழும். மேலும் கடல் வாழ் உயிரினங்கள் பெரும் பாதிப்படையும். எல்லாவற்றிற்கும் உச்சமாய் நாட்டின் இறையாண்மை சைனாவிடம் கைகட்டி வாய் மூடி நிற்கும் என்றெல்லாம் கதறக் கதற சொல்லப்பட்டது. கேட்க ஒரு நாதி இல்லை.

இடையில் ரணில் - சிறிசேனா அரசு தேர்தல் வாக்குறுதி அளித்தபடி ஆட்சிக்கு வந்ததும் இந்தத் திட்டத்தை அதிரடியாய் நிறுத்தியது. பல பில்லியன் டாலர்கள் கடனை வாரியிறைத்த சைனா பார்த்துக் கொண்டு இருக்குமா என்ன..? சைனாவின் நெருக்குவாரம் ஆரம்பமானது. ஒரு வருடமாய் கிடப்பில் போட்ட திட்டம் பின்னர் வேகமெடுத்தது. இப்போதும் தொடர்கிறது.

1948ல் சுதந்திரம் கிடைத்தது முதல் 2005 வரை, சைனா இலங்கையை ஒதுங்கி நின்றே அவதானித்தது. இங்கே கவனத்தில் கொள்ள வேண்டிய முக்கிய விடயம் சைனா ஒன்றும் வம்படியாய் வந்து இலங்கையின் கதவைத் தட்டவில்லை. இலங்கைதான் 'சைனாவே சரணம்'என்று போய் பாய் விரித்துப் படுத்தது.

2005ம் ஆண்டு பதவிக்கு வந்த மகிந்த ராஜபக்சேவை அமெரிக்கா உட்பட மேற்கு நாடுகள் ரசிக்கவில்லை. திரும்பிய பக்கமெல்லாம் மனித உரிமை மீறலும், கடத்தலும், யுத்தமும் என்று தேசமே கலவரமாய் இருந்த காலம். தான் யுத்தத்திலும் வென்று நாட்டையும் கட்டியெழுப்பிய அரசன் என்று

சிங்கள மக்கள் பின்னாளில் தன்னைப் போற்றிப் புகழவேண்டுமென்று அவர் விரும்பினார். பழங்காலச் சிங்கள மன்னர்களோடு மகிந்த ராஜபக்சேவை ஒப்பீடு செய்வதிலேயே ஜால்ராக்களின் பாதி நாள்கள் கழிந்தன.

இந்த வீம்பும், பெருமையும், 'தான்' என்ற செருக்கும் தான் கந்துவட்டிக்கு என்றாலும் பரவாயில்லை என்று சைனாவிடம் நட்புப் பாராட்ட அவரைத் தூண்டியது. ஹைவேக்கள், விமான நிலையங்கள், ரயில் பாதைகள், ஸ்டேடியங்கள், துறைமுகங்கள் எல்லாம் தேசத்தின் வளர்ச்சிக்கு இன்றியமையாதவை. ஆனால் பூச்சியத்தால் பெருக்கின மாதிரி உருப்படியாய் இவற்றால் எந்தப் பிரயோசனமும் இல்லாமல் போய் ஒட்டுமொத்த நாட்டு மக்களையும் ஓட்டாண்டியாக்கி வாழ்வாதாரத்தைக் குழி தோண்டிப் புதைக்கும் அபிவிருத்திகளால் யாருக்கு என்ன நன்மை?

உலக வங்கியோ சர்வதேச நாணய நிதியமோ வளர்ச்சியடைந்து வரும் ஒரு நாட்டிற்கு கடன் கொடுக்கும் போது அந்நாட்டின் மனித உரிமை, ஆட்சியாளர்களின் லட்சணம், கடனைத் திருப்பிச் செலுத்துவதற்கான பொருளாதார பலம் என்று பல பொருத்தங்களைப் பார்த்துவிட்டே உதவுகின்றன. ஆனால் சைனா இது எதையும் பார்ப்பதே இல்லை. பார்க்க வேண்டிய தேவையும் இல்லை.

சைனாவின் கணக்கு வழக்கற்ற கடன் வழங்கலில் ஊழலும் கமிஷனும் தாராளமாய் பிணைந்திருக்கின்றன. சைனா விழுந்தடித்துக் கொண்டு கடன் வழங்கும் நாடுகளைக் கூர்ந்து கவனித்தால் புரியும். மக்கள் போஷாக்கான உணவுகூட இன்றி வறுமையில் அல்லல்பட்டுக்

கொண்டு இருப்பார்கள். ஆட்சியாளர்கள் படாடோபத்தில் திளைக்கும் பேர்வழிகளாய் துபாயில், ஸ்விட்சர்லாந்தில் கணக்குவழக்கில்லாத கறுப்புப் பணத்துடன் வளப்பமாய் கொழுத்துப் பருத்து இருப்பார்கள். சைனா என்பது இவர்களுக்கு ஒரு அமுத சுரபி. சைனா என்பது நாடுருவிலான நவீன ஏடிஎம். அவ்வளவுதான். 2015ம் ஆண்டு நடந்த ஜனாதிபதித் தேர்தலில் மகிந்த ராஜபக்சேவுக்கு சைனா 7.6 மில்லியன் டாலர்களை ஸ்டாண்டர்ட் சார்டட் என்ற ஒரு தனியார் வங்கியூடாக காசோலையாக வழங்கியதாக நியூயார்க் டைம்ஸ் 2018ம் ஆண்டு எழுதியிருந்தது. சைனாவின் பேரருள் எப்படி எல்லாம் பொழிகிறது என்பதற்கான மிகச்சிறந்த உதாரணம் இது.

ஆசியாவைத் தாண்டி இன்று ஆப்பிரிக்கா முழுக்க சைன ஆதிக்கம் தான். 2000 - 2019 காலத்தில் மட்டும் 153 பில்லியன் டாலர்களை சைனா, ஆப்பிரிக்கா எங்கும் கொட்டி இருக்கிறது.

எதியோப்பியா, உகண்டா, கென்யா, அங்கோலா, நைஜீரியா, டிபூட்டி என்று சைனா ஏ.டி.எம்மிற்கு வாழ்க்கைப்பட்ட ஆப்பிரிக்க நாடுகளின் கந்தல் கதைகள் தொடர்கின்றன. எல்லாவற்றிற்கும் உச்சமாய் கடனைத் திருப்பிச் செலுத்தாததால் உகண்டாவின் எண்டபே சர்வதேச விமான நிலையத்தைச் சைனா கைப்பற்றிக் கொள்ளப் போவதாகச் சில மாதங்களுக்கு முன்பு பெரும் பரபரப்பு நிலவியது ஞாபகமிருக்கலாம். இதன் க்ளைமேக்ஸ் என்ன ஆனது என்று தெரியவில்லை. இரும்புத் திரை சைனாவுக்கே வெளிச்சம். அதிகார பலம் மிக்க பெரும் பெரும் சாம்ராஜ்யங்கள் சிறிய நாடுகளை யுத்தங்கள் மூலம் தான் பண்டைய காலத்தில் கைப்பற்றிக் கொண்டன.

இன்று ஒரே ஒரு கையொப்பம் போதுமானது. முதலாளித்துவ கம்யூனிசத்துவமும் கடன் கொடுத்து நாடுகளை ஆட்டையைப் போடும் *Debt Trap Diplomacy* யும் தான் இன்றைய சைனாவின் இரு முகங்கள்.

சைனா இன்று எதைச் செய்தாலும் சகித்துக் கொண்டு குடும்பம் நடத்த வேண்டிய படு துர்ப்பாக்கிய நிலைக்கு இலங்கை ஆளாகியிருக்கிறது. கடந்த வருடம் இலங்கை சைனாவிடமிருந்து தொண்ணூற்று ஆறாயிரம் மெட்ரிக் தொன் ஆர்கானிக் உரத்தை வேண்டி நின்றது. முதல் கட்டமாக சைனா *20,000* மெட்ரிக் தொன் உரத்தை அனுப்பி வைத்தது. ஆனால் குறிப்பிட்ட உர மாதிரியில் மனித உடலுக்குத் தீங்கு விளைவிக்கும் பற்றீரியா இருப்பதாக இலங்கை விவசாயத் திணைக்களம் அலறியது. கடைசியில் இலங்கை அரசு, உரத்துடன் வந்து கொண்டிருந்த சைனக் கப்பலை நிறுத்தியது. கடுப்பான சைனா இலங்கையின் அரச வங்கியான 'மக்கள் வங்கியை' ப்ளாக் லிஸ்ட் செய்தது. உரத்தை இலங்கையின் தலையில் கட்டத் தலைகீழாய் நின்றது. ஆனால் விவசாயத் திணைக்களமும், பல்கலைக்கழக விவாசாய பீட பேராசிரியர்களும் மீண்டும் மீண்டும் எதிர்ப்புத் தெரிவிக்க, வேறு வழியின்றி கப்பலோடு நாடு திரும்பியது. பரிதாபம் என்னவென்றால் மக்கள் வங்கியின் ப்ளாக் லிஸ்டை நீக்கிக் கொள்வதற்காக, வாங்காத உரக் கப்பலுக்கு நட்டஈடு கட்டித் தொலைத்தது இலங்கை.

இதே போல ஒரு மேட்டர் தான் இப்போது பெரும் கொந்தளிப்பை ஏற்படுத்தி இருக்கும் சைனாவின் ‘யுவான் வாங் *5*’ என்ற அதி நவீனக் கப்பலும். சுற்றிவர *750* கிலோமீட்டர் தூரத்தில் இருக்கும் அத்தனையையும் கண்காணிக்கும் ஆற்றலும்

வேறு நாடுகளின் சாட்டிலைட் தொழிநுட்பத்தைக் கூட ஊடுருவும் திறனும் படைத்த மேற்படிக் கப்பல் ஹம்பாந்தோட்டைத் துறைமுகத்திற்கு தன் பயணத்தை ஆரம்பித்தபோதே இந்தியாவுக்கு டென்ஷன் எகிறியது. எத்தனையோ விதமாய் இலங்கையைக் கெஞ்சிப் பார்த்தது. இலங்கையால் என்ன செய்ய முடியும்..? ஹம்பாந்தோட்டை துறைமுகம் என்பது சைனாவிற்கு குத்தகைக்குக் கொடுத்த ஒரு வஸ்து. எஜமான் எஸ்டேட்டைப் பார்க்க வருவது போன்ற ஒரு சம்பவம் இது. இங்கே இலங்கைக்கு உரிமையானது அதன் கடல் பரப்பு மட்டுமே.

இலங்கையின் திரிசங்கு நிலை இந்தியாவுக்குப் புரியாமல் இல்லை. இருந்தாலும் தடுத்து நிறுத்தத் தன்னாலான அத்தனை முயற்சிகளையும் எடுத்துப் பார்த்தது. 'உங்களது மேலான வருகையை சற்றுத் தாமதியுங்கள் ஐயா' என்று இலங்கை வெளிநாட்டமைச்சு, லெட்டர்ஹெட்டில் சைனாவுக்குக் கடிதமெல்லாம் போட்டது. எவன் கேட்பான்..? 'நீங்கள் பயப்படும் படியாய் இதில் எதுவுமில்லை. இது வெறும் ஆராய்ச்சிக் கப்பல்' என்று பதிலளித்த சைனா, '16ம் தேதி இலங்கை வரும் மேற்படி கப்பல் 21ம் தேதி வரை தங்கி இருந்துவிட்டுப் போகும்' என்று திட்டவட்டமாய்ச் சொல்லிவிட்டது.

தேசத்தின் பெரும் கடன் சுமையில் முக்கிய பாத்திரமேற்று இருக்கும் சைனா தன் அடாவடியை இப்படி அவ்வப்போது காட்டிக் கொண்டிருக்கிறது. இதில் சோகம் என்னவென்றால் மூவாயிரத்து நூறு பில்லியன் டாலருடன் வெளிநாட்டு நாணயக் கையிருப்பில் நம்பர் ஒன் நாற்காலியில் உட்கார்ந்து

இருக்கும் சைனா, நெருக்கடியில் இருந்து மீள வெறும் ஐந்து பில்லியன் டாலர் இன்றித் திண்டாடும் இலங்கையை முற்றாய்க் கைகழுவிக் கொண்டதுதான். அதன் நோக்கம் என்னவென்று தெரியவில்லை. 'அமைதியாய் இருப்போம். ஒரு நாள் இலங்கை நம் காலனியாகிவிடும். அல்லது ஒரே நாடு இரு ஆட்சி என்றாகிவிடும். ஷங்காய் விமான நிலையத்தில் *'Departue Local'* என்ற போர்டுக்குக் கீழே தாய்வான், ஹாங்கொக், மகாவூ இற்கு அடுத்ததாய் இலங்கையையும் சேர்க்கலாம் என்று நினைகிறதோ என்னவோ.

ஒரு தேசிய கீதப் பஞ்சாயத்து

தமிழில் தேசிய கீதத்தைப் பாடலாமா கூடாதா என்ற சர்ச்சைக்கும் இலங்கையின் சுதந்திரத்திற்கும் கிட்டத்தட்ட ஒரே வயது. இலங்கையின் தேசிய கீதம், ஓவியரும் கவிஞருமான ஆனந்த சமரக்கோன் என்பவரால் இயற்றப்பட்டது. முப்பதுகளில் இந்தியாவுக்குச் சென்று ரவீந்திரநாத் தாகூரிடம் கால் மடக்கிக் கற்ற அருமந்த மாணவர் அவர்.

ஆயிரத்துத் தொள்ளாயிரத்து நாற்பத்தெட்டாம் ஆண்டு சுதந்திரம் அடையும் வரை 'காட் ஸேவ் த க்வீன்' என்று தொடங்கும் பிரித்தானியா தேசிய கீதமே இலங்கையின் தேசிய கீதமாகவும் இருந்தது. கடவுளும் தன்னால் இயன்றவரை அரசியைக் காத்து, அரசிக்கும் இலங்கை மேல் சலிப்பு ஏற்பட்டு ஆயிரத்துத் தொள்ளாயிரத்து நாற்பத்தெட்டாம் ஆண்டு பெப்ரவரி நான்காம் தேதி மூட்டைகட்டிக் கொண்டு சென்ற பின்னர் ஆனந்த சமரக்கோனின் தேசிய கீதமான 'நமோ, நமோ மாத்தா' வானொலிகளில் ஒலிக்கத் தொடங்கியது. புலவர் நல்லதம்பி, சிங்களத்திலிருந்து

தமிழுக்கு மொழிபெயர்ப்பு செய்தார். ஆயிரத்துத் தொள்ளாயிரத்து நாற்பத்தொன்பதாம் ஆண்டு முதலாவது சுதந்திர தினத்தின் போது தமிழில் தேசிய கீதம் பாடப்பட்டது. ஆயிரத்துத் தொள்ளாயிரத்து ஐம்பதாம் ஆண்டு தேசிய கீதத்தின் ஆங்கிலப் பிரதியும், தமிழ்ப் பிரதியும் அமைச்சரவையில் சமர்ப்பிக்கப்பட்டு பாராளுமன்றத்தில் அங்கீகாரம் பெறப்பட்டது.

சிங்கள மக்களின் உணர்வுகளை உசுப்பி இனவாதப் பரப்புரைகளைச் செய்து ஆயிரத்துத் தொள்ளாயிரத்து ஐம்பத்தாறாம் ஆண்டு ஆட்சிக்கு வந்த எஸ்.டப்ளிவ். ஆர்.டீ பண்டாரநாயக்க அரசு தனிச் சிங்களச் சட்டத்தைக் கொண்டு வந்தது. இதனால் வடக்கு கிழக்கில் பெரும் அமளிதுமளி ஏற்பட்டது. அதுநாள் வரை இலங்கையின் வாகனங்களில் இலக்கத் தகடுகளில் சிலோன் என்று பொருள் படும் *CE, CY, CN* போன்ற ஆரம்ப எழுத்துக்களே இருந்தன. தனிச் சிங்களம் ஒன்றே சட்டமானதன் பின்பு 'ஸ்ரீலங்கா ' என்று பொருள்படும் ஆரம்ப எழுத்தான ' ஸ்ரீ' இன் சிங்கள எழுத்துக்களுடன் வாகனங்கள் படையெடுத்தன. இதனால் வடக்கு கிழக்கு வெகுண்டு எழுந்தது. 'புதிதாய் வாகனம் வாங்கினால் தானே சிங்களத்தில் 'ஸ்ரீ ' ரெஜிஸ்ட்ரேஷனுடன் ஓட வேண்டும். நான் வாகனமே வாங்கப் போவதில்லை. என் டப்பா வாகனம் ஒன்றே ரால்ஸ் ராய்ஸ்.' என்று அவர்கள் முடிவெடுத்தார்கள். புது வாகனங்கள் வாங்குவதை முற்றாய் நிறுத்தினார்கள். இந்தப் பகிஷ்கரிப்பு எழுபதுகளின் மத்தி வரை தொடர்ந்தது.

பண்டாரநாயக்கவுக்கும் கோட்டாபயவுக்கும் ஒரு ஒற்றுமை இருக்கிறது. வரலாறு மீள்கிறது என்று பழுத்த பழங்கள் எழுதுவார்களே... அதே

தான். இருவருமே மாபெரும் பவுத்த எழுச்சியின் மூலம் தான் பதவிக்கு வந்தார்கள். விகாரைகள் தோறும் பூஜை புனஸ்காரங்கள் இல்லாத நாள்களே இருக்கவில்லை. பிக்குகள் எல்லாம் முழு அளவில் களம் இறங்கி பம்பரமாய்ச் சுற்றிச் சுழன்றார்கள். ஆனால் ஒரு விடயம்... தீவிர பவுத்த சிந்தனையில் கட்டி எழுப்பப்பட்ட இரண்டு அரசாங்கங்களும் உருப்படியாய் நிலைக்கவில்லை என்பதே சரித்திரம். பண்டாரநாயக்க அரசும் தொடர் வேலை நிறுத்தங்களையும் போராட்டங்களையும், மக்கள் எதிர்ப்பையும் எதிர்கொண்டது. இயற்கை அனர்த்தங்களும் போனஸாக வந்து சேர்ந்தன. பிரச்னையின் கனபரிமாணத்தை டைவர்ட் செய்ய ஆங்காங்கே தமிழர்களுக்கு எதிராக இனக்கலவரங்கள் ஏவிவிடப்பட்டன.

நாடும் ஆட்சியும் அதலபாதாளத்தில் வீழ்ந்ததற்குத் தேசிய கீதமே காரணம் என்று ஒரு சாரார் பிரசாரம் செய்யத் தொடங்கினர். 'நமோ நமோ மாத்தா' என்ற ஆரம்ப சுரங்கள் அபசகுனமானவை என்று பிக்குகளும் புத்தி ஜீவிகள் என்ற பேரில் உலாத்திய மட்டி ஜீவிகளும் சொல்லத் தொடங்கினர். பாடலின் முதல் எழுத்தான 'ந - மோ- ந' என வரும் முதல் மூன்று சுரங்களும் குறில் - நெடில்- குறில் என்று வருவது பெரும் துரதிர்ஷ்டம் என்று கதை அடித்துவிடப்பட்டது. 'நமோ நமோ மாத்தா' பாடலுக்கு எதிராக தேசம் முழுக்க இயக்கங்கள் தோன்றின. மூட நம்பிக்கை ஒன்றே நாட்டின் தேசிய அடையாளம் ஆயிற்று.

தனது பாடலுக்கு எதிராகத் தேசம் முழுக்க கிளர்ந்து எழுந்து வரும் எதிர்ப்பால் மிகுந்த சஞ்சலம் அடைந்தார் ஆனந்த சமரக்கோன்.

தன் பக்க நியாயத்தைப் பறைசாற்றத் தொடர் கருத்தரங்குகளையும் சொற்பொழிவுகளையும் ஆற்றினார். ஏகப்பட்ட விவாதங்களில் கலந்து கொண்டார். ஆனால் கேட்க யாரும் இல்லை. கலைஞனுக்குரிய வறுமை அவரிடம் சொத்தாய் இருந்தது. மிகுந்த பணக் கஷ்டத்திற்கு உள்ளாகி நைந்து போனார். அவரால் கோர்ட், கேஸ் என்று போராடவும் முடியவில்லை. 'நமோ நமோ மாத்தா' பாடல் ஆயிரத்துத் தொள்ளாயிரத்து நாற்பதுகளில் அவரது கவிதைத் தொகுப்பு ஒன்றின் மூலமே முதலில் வெளியிடப்பட்டது. ஆனால் பரிதாபம் என்னவென்றால் புத்தகத்திற்கான அச்சக செலவைக் கட்ட முடியாததால் புத்தகம் அச்சக உரிமையாளர் வசமாகிவிட்டது. அச்சக உரிமையாளருக்கு இரண்டாயிரத்தைந்நூறு ரூபாய் செலுத்தி அரசு வாங்கிவிட்டது. சமரக்கோனால் இதற்கு மேல் செய்ய ஒன்றுமில்லை.

இதெல்லாம் இப்படி இருக்க... 1959 செப்டெம்பரில் பிரதமர் பண்டாரநாயக்க, பிக்கு ஒருவரால் சுட்டுக் கொல்லப்பட்டார். இதனால் தேசிய கீதத்தின் நிலைமை படுமோசமானது. 'நமோ நமோ மாத்தா'விற்கு எதிரான இயக்கம், இக்கொலையையும் தமக்குச் சாதகமாய்ப் பயன்படுத்திக் கொண்டு ஊர்வலம் கிளம்பியது. முடுமைத்தனமான இந்த ஆரம்ப வரிகள் இருக்கும் வரை தேசத்திற்கு மீட்சியே இல்லை என்ற குரல்கள் வலுப்பெற்றன. 1960ம் ஆண்டு கிச்சனில் வெங்காயம் நறுக்கிக் கொண்டிருந்த பண்டாரநாயக்கவின் மனைவியைத் தூக்கி வந்து தேர்தலில் நிறுத்தினார்கள். தேர்தலின் பிரதான கோஷம் தேசிய கீதத்தின் ஆரம்பவரிகளை மாற்ற வேண்டும் என்பதுதான். அனுதாப அலைகளால்

அள்ளுண்டு போய் மாபெரும் வெற்றி பெற்று பிரதமரானார் அவர்.

புதிய அரசு சுபகாரியமாய் தேசிய கீதப் பிரச்னையைக் கையில் எடுத்தது. நாட்டில் கடந்த ஐந்து வருடங்களாய் ஏற்பட்ட பெரும் சீரழிவுகளுக்குத் தேசிய கீதம் தானா காரணம் என்பதை ஆராய்ந்து சொல்லுமாறு விசேட நிபுணர்களைக் கொண்ட கமிட்டி அமைக்கப்பட்டது. முடிவுதான் விசித்திரம். 'ந மோ ந மோ' இற்குப் பதிலாக 'ஸ்ரீலங்கா மாத்தா' என்று ஆரம்ப வரிகள் வந்தால் சுப மங்களம் உண்டாகும். நாடு செழிக்கும். எங்கும் ஸ்ரீ. எதிலும் ஸ்ரீ. அது நுழையாத இடம் இல்லை.'

ஆனந்த சமரக்கோன் இம்முடிவைக் கடுமையாய் எதிர்த்தார். ஆனால் பாடலின் பதிப்புரிமை அரசிடம் இருந்ததால் அவரால் கவலைப்படுவதைத் தவிர வேறு ஒன்றையும் செய்ய முடியவில்லை.

'இந்தப் பாடலை எழுத என் நாட்டின் மீது எனக்கு ஏற்பட்ட ஆழமான நேசமும் பற்றுமே காரணம். எனது கீதத்தின் தலையை வெட்டிவிட்டனர். அது அந்தப் பாடலை மட்டும் அழிக்கவில்லை. அதை எழுதிய என் வாழ்க்கையையும் சேர்த்தே அழித்துவிட்டது. நான் விரக்தியில் இருக்கிறேன். என் இதயம் நொறுங்கிவிட்டது. ஒரு அப்பாவிக் கவிஞனுக்கு இப்படி எல்லாம் செய்யக் கூடிய நாட்டில் வாழ்வது துரதிர்ஷடமே. அதைவிடச் சாவதே மேலானது' என்று 'டைம்ஸ் ஆஃப் சிலோன்' பத்திரிகைக்கு கடிதம் எழுதிவிட்டு தூக்க மாத்திரைகளை விழுங்கி 1962ம் ஆண்டு தற்கொலை செய்து கொண்டார்.

இந்தச் சம்பவம் இலங்கை பள்ளிப் பாடப் புத்தகங்களில் எதிலுமே இல்லை. இப்படி

ஒரு இருட்டடித்த சரித்திரம் இருப்பதே பெரும்பாலானவர்களுக்குத் தெரியாது.

நிற்க... இப்பேர்ப்பட்ட தேசிய கீதத்தின் தமிழ் வெர்சன் படாத உதைகளே இல்லை. பாராளுமன்றத்தில் அங்கீகரிக்கப்பட்டு இருக்கிறது. பாடப் புத்தகங்களில் இருக்கிறது. தமிழ் பள்ளிகளில் பாடப்படுகிறது. ஆனால் வைபவங்கள், அரச நிகழ்வுகள், சுதந்திர தின கொண்டாட்டங்கள் என்று வந்துவிட்டால் தமிழில் பாட அனுமதி வாங்குவதே பெரும்பாடு. அப்படி அனுமதி பெற்றுப் பாடினால் ஏதோ மகத்தான சாதனை புரிந்த மாதிரி ஆளுக்கு ஆள் புளகாங்கிதம் அடைந்து கொள்வார்கள்.

இரண்டாயிரத்துப் பத்தாம் ஆண்டு இலங்கையில் எந்த நிகழ்விலும் தமிழில் தேசிய கீதம் பாடக் கூடாது என்றும் தமிழ் மொழிபெயர்ப்பு தடை செய்யப்பட வேண்டும் என்றும் மகிந்த ராஜபக்சே அரசு கட்டளை இட்டது. இதற்கு பல்லின மக்கள் வாழும் சிங்கப்பூரில் ஒரே ஒரு மொழியில் தேசிய கீதம் இருப்பது சுட்டிக்காட்டப்பட்டது. ஆனால் எழுபத்தைந்து சதவீதமான பெரும்பான்மை சைனர்களின் மொழியில் அது இல்லை. சிங்கப்பூர் தேசிய கீதம் மலே மொழியில் இடம் பெற்றுள்ளது என்ற வரலாறு யாருக்கும் தெரியவில்லை.

இதேபோன்றுதான் பல நூறு மொழிகள் பேசப்படும் இந்தியாவில் பெரும்பான்மை மக்கள் பேசும் மொழியான ஹிந்தியிலேயே அதன் தேசிய கீதம் இருப்பதாக இன்னொரு வெடி ஜோக் காரணமாய்க் காட்டப்பட்டது. என்னவொரு அபத்தம். ரவீந்தரநாத் தாகூரால் வங்காளி மொழியில் இயற்றப்பட்டது என்று சொல்வதற்கு எந்த ஊடகவியலாளருக்கும்

இங்கே தெரிந்திருக்கவில்லை. அல்லது பயத்தில் சப்த நாடியும் ஒடுங்கிப் போய் இருந்திருக்கக் கூடும்.

எந்த நாட்டிலும் ஒன்றுக்கும் மேற்பட்ட மொழியில் தேசிய கீதம் இல்லை என்ற பொய் இங்கே அமோகமாய் போஷிக்கப்பட்டது. கனடாவில் ஆங்கிலம், ப்ரெஞ்ச் ஆகிய மொழிகளில் தேசிய கீதம் பாடப்படுகிறது. ஸ்விட்சர்லாந்தில் ப்ரெஞ்ச், ஜெர்மன், இத்தாலியன், ரோமன்சு மொழிகளில் பாடப்படுகிறது. தென்னாபிரிக்கா தேசிய கீதத்தில் ஐந்து மொழிகள் கலவை கட்டி இருக்கின்றன. பெல்ஜியம், நியூஸிலாந்து, பிலிப்பைன்ஸ் என்று இன ஐக்கியத்தையும் புரிந்துணர்வையும் ஏற்படுத்துவதற்கு ஒன்றுக்கு மேற்பட்ட மொழிகளில் தேசிய கீதங்களை வைத்திருக்கும் நாடுகளின் பட்டியல் நீள்கிறது.

காலிமுகத்திடல் புரட்சியின் போது தமிழில் ஒவ்வொரு நாளும் மாலை வேளைகளில் தேசிய கீதம் பாடப்பட்டது. அண்மையில் ஜனாதிபதி ரணில் விக்ரமசிங்க கலந்துகொண்ட நிகழ்விலும் தமிழில் தேசிய கீதம் பாடப்பட்டது. இதெல்லாம் எவ்வளவு காலத்திற்குச் சாத்தியம் என்று தெரியவில்லை. இப்போது இருக்கிற வங்குரோத்து நிலையில் இதை எல்லாம் கேட்க நாதி இல்லை. கொஞ்சம் பெட்ரோலும், தாராளமாய் பருப்புக் கறியும் கிடைத்ததும் பழையபடி வேதாளம் முருங்கை மரத்தில் ஏறாது என்பதற்கான எந்த உத்தரவாதமும் இல்லை.

ஏனென்றால் எழுபத்து நான்காண்டுச் சுதந்திரம், சமத்துவமில்லாத பேரினவாத நீதிக் கட்டமைப்பு ஒன்றைப் பரிசாகத் தந்ததைத் தவிர வேறு ஒன்றையும் தரவில்லை. எந்த அரசியல்வாதியும் வரலாற்றின்

துயரங்களிலிருந்து பாடங்களைக் கற்றதாய்த் தெரியவில்லை. இன்று பாடப்படும் தேசிய கீதத்தின் பிதாமகனுக்கே நீதி நிலைநாட்டப்படவில்லை என்னும் போது சாமானியர்களுக்கு மட்டும் தட்டில் வைத்து கிடைத்துவிடுமா என்ன?

அதிகாராதிபதி

ஆயிரத்துத் தொள்ளாயிரத்து எழுபத்திரண்டாம் ஆண்டு இலங்கை குடியரசானபோது முதலாவது அரசியல் யாப்பு அறிமுகப்படுத்தப்பட்டது. கவர்னர் ஜெனரலாய் இருந்த வில்லியம் கோபல்லாவ என்பவர் ஜனாதிபதியாகிக் கொண்டார். இப்பதவியானது நடிகர்களுக்கு அவ்வப்போது வழங்கப்படும் கௌரவ டாக்டர் பட்டம் போன்ற ஒன்று. யாதொரு பலனுமில்லை. முழு அதிகாரமும் பாராளுமன்றத்திடம் இருந்தது.

ஆயிரத்துத் தொள்ளாயிரத்து எழுபத்தேழாம் ஆண்டு நடந்த பாராளுமன்றத் தேர்தலில் ஆறில் ஐந்து பங்கு பலத்துடன் ஜே.ஆர் ஜெயவர்தனவின் ஐக்கிய தேசியக் கட்சி வெற்றி பெற்றது. இத்தனை பெரும் பலத்துடன் வென்றுவிட்டு சும்மா இருந்தால் எப்படி என்று நினைத்த அவர், தன் அபிமான சட்டத்துறை நிபுணர்களிடம் புதிய அரசியல் யாப்பை எழுதப் பணித்தார். ஒரு வருடத்தில் அதன் பணிகள் நிறைவுற்றன. ஆயிரத்துத் தொளாயிரத்து

எழுபத்தெட்டாம் ஆண்டு இரண்டாவது அரசியல் யாப்புடன் சகல அதிகாரமும் பொருந்திய ஜனாதிபதி பதவி தேசத்திற்கு அறிமுகமானது. நிறைவேற்று அதிகாரம் பொருந்திய ஜனாதிபதியாக ஜே.ஆர் ஜெயவர்தன முடிசூடிக் கொண்டார்.

இலங்கை ஜனாதிபதி பதவியானது பிரான்ஸ் மற்றும் அமெரிக்காவின் அரசியல் யாப்புகளில் இருக்கும் நல்லது கெட்டதுகளை நகல் எடுத்து உருவாக்கப்பட்டது என்கிறார்கள் அரசியல் விமர்சகர்கள். பிரான்ஸில் ஐந்து ஆண்டுகளுக்கு ஒரு தடவை அதிபர் தேர்தல் நடக்கும். அமெரிக்காவில் நான்கு வருடங்களுக்கு ஒருமுறை. நாடாளுமன்றம், செனட், காங்கிரஸ் எல்லாவற்றையும் அதிபர் தேர்தல் ஒன்றே அத்தேசங்களில் தீர்மானிக்கும். ஆனால் இங்கே அப்படி இல்லை. பாராளுமன்றத்திற்கு ஒரு தேர்தல், மாகாண சபைகளுக்கு ஒரு தேர்தல், உள்ளூராட்சிக்கு ஒரு தேர்தல் என்று ஜனநாயகத் திருவிழாக்களுக்கு என்றைக்கும் பஞ்சம் இருந்ததில்லை.

நாட்டின் தலைவராகவும், அரசாங்கத்தின் தலைவராகவும், முப்படைகளின் தலைவராகவும் ஜனாதிபதியே இருப்பார். போரையும் சமாதானத்தையும் பிரகடனப்படுத்தும் அதிகாரம் ஜனாதிபதி வசமே இருக்கும். இரண்டாயிரத்துப் பதினைந்தாம் ஆண்டு வரை ஜனாதிபதியின் பதவிக் காலம் ஆறு ஆண்டுகளாக இருந்தது. இப்போது அது ஐந்தாகக் குறைக்கப்பட்டுள்ளது. மக்கள் ஆணை மூலம் இரு தடவை தேர்ந்தெடுக்கப்பட்ட நபர் மூன்றாவது முறை தேர்தலில் போட்டியிட முடியாது என்றே இரண்டாயிரத்துப் பத்தாம் ஆண்டு வரை அரசியல் யாப்பில் இருந்தது. ஆனால் மகிந்த

ராஜபக்சே இதை மாற்றினார். இரண்டாயிரத்துப் பதினைந்தாம் ஆண்டு மூன்றாவது தடவை போட்டியிட்டுத் தோற்றுப் போனார். பழையபடி மீண்டும் இரண்டு தடவைகளுக்கு மேல் தேர்தலில் போட்டியிட முடியாது என்று இரண்டாயிரத்துப் பதினைந்தில் திருத்தம் செய்யப்பட்டது.

ஆயிரத்துத் தொளாயிரத்து எழுபத்தேழிற்கு முன்னர் இலங்கையில் பாராளுமன்றத் தேர்தல்கள் தொகுதிவாரியாகவே நடந்தன. ஆயிரத்துத் தொளளாயிரத்து எழுபத்தெட்டாம் ஆண்டின் யாப்பில் தொகுதி காணாமல் போனது. விகிதாசாரம் வந்தது. ஆனால் ஜனாதிபதித் தேர்தலில் முழு தேசமும் ஒரு தொகுதியாகவே கணக்கிடப்படப்படுகிறது. தேர்தலை ஒரே நாளில் நடத்தி முடிக்க வேண்டும் என்கிறது அரசியல் யாப்பு.

ஜனாதிபதி ஒருவர் பதவியேற்று நான்காண்டுகள் பூர்த்தியானதும் மற்றொரு ஜனாதிபதித் தேர்தலுக்குச் செல்ல ஜனாதிபதிக்குப் பரிபூரண அதிகாரத்தை அரசியல் யாப்பு வழங்கி இருக்கிறது. பதவியில் இருக்கும் ஜனாதிபதி இறந்துவிட்டாலோ அல்லது அப்பதவிவெற்றிடமானாலோபிரதமர்உடனடியாகப் பதில் ஜனாதிபதியாகக் கடமையை ஏற்பார். பதில் ஜனாதிபதி, தனக்குப் பாராளுமன்றத்தில் பெரும்பான்மைப் பலம் இருப்பதை கூடியபட்சம் ஒரு மாதத்திற்குள் நிரூபிக்க வேண்டும்.

சரித்திரத்தில் இப்படியான சந்தர்ப்பங்கள் இதுவரை இரண்டு தடவைகள் அமைந்தன. ஆயிரத்துத் தொளாயிரத்துத் தொண்ணூற்று மூன்றாம் ஆண்டு ஜனாதிபதி ரணசிங்க பிரேமதாஸ கொழும்பில் குண்டு வெடிப்பில் கொலை செய்யப்பட்ட போது

பிரதமர் டி.பி.விஜேதுங்க பதில் ஜனாதிபதியாகக் கடமையேற்றார். அப்போது அவரது கட்சியே ஆட்சியில் இருந்ததால் பெரும்பான்மை பலத்திற்கு அலைய வேண்டிய தேவை இருக்கவில்லை. இரண்டாவது சந்தர்ப்பம் கோட்டாபய ராஜபக்சே நாட்டை விட்டு ஓடிய போது ஏற்பட்டது. பிரதமர் ரணில் பதில் ஜனாதிபதியானார். ரணிலுக்குப் பாராளுமன்றத்தில் ஒரு ரகசிய வாக்கெடுப்பிற்குப் பின்னரே கதிரையில் சாய்ந்து உட்கார முடிந்தது.

ஒரே நேரத்தில் ஜனாதிபதிப் பதவியும் பிரதமர் பதவியும் வெற்றிடமானால் பாராளுமன்ற சபாநாயகரே தற்காலிக ஜனாதிபதியாகப் பதவியேற்பார். நாட்டின் ஸ்திரத்தன்மையைப் பேணிய பின்னர் ஒருமாத காலத்திற்குள் ஜனாதிபதித் தேர்தல் ஒன்றை நடத்த வேண்டியது அவர் பொறுப்பு. 'கோட்டா கோ ஹோம்' கோஷத்துடன் 'ரணில் கோ ஹோம்' கோஷமும் உச்சம் பெற்றிருந்த போது இப்படியான ஒரு நிலைமை ஏற்படும் என்றே எதிர்பார்க்கப்பட்டது. ஆனால் ரணில் அசையவில்லை.

ஜனாதிபதித் தேர்தலில் வெற்றி பெற்ற நபர் பெருபேறுகள் வர முன்னர் இறந்து போனால் தேர்தல் ஆணையம் புதிய தேர்தலை நடத்த நடவடிக்கை எடுக்கும். ஜனாதிபதி தேர்தலில் வெற்றி பெற்றவர் இரண்டு வார காலத்திற்குள் வேண்டுமென்றே பதவியேற்காமல் காலத்தைக் கடத்தினால் ஜனாதிபதிப் பதவி வெற்றிடமானதாய் அறிவிக்கப்படும். பதவிக்காக அத்தனை தகிடு தத்தனங்களையும் செய்யும் ஆசாமிகள் இப்படி இரண்டு வாரம் பொடுபோக்காய் இருக்க சாத்தியமே இல்லை.

ஆயிரத்துத் தொளாயிரத்தெண்பத்திரண்டாம் ஆண்டு ஜனாதிபதித் தேர்தலை நடத்தி ஏகப்பட்ட தில்லுமுல்லுகளுடன் வென்ற ஜே.ஆர். இன்னும் ஆறு ஆண்டுகள் முழுசாய் அனுபவித்துவிட்டு ஆயிரத்துத் தொளாயிரத்தெண்பத்தெட்டாம் ஆண்டு அரசியல் யாப்பில் மாற்றம் செய்து மீண்டும் ஒரு தடவை தேர்தலில் போட்டி போட முடியுமா என்று ஆராய்ந்து கொண்டிருந்த போது அவருக்கு எண்பத்திரண்டு வயது. அப்போது வடக்கு கிழக்கில் புலிகளுடன் உக்கிரமாய் யுத்தம் ஒருபுறம், தெற்கில் ஜே.வி.பி. அட்டகாசம் மறுபுறம் என்று தேசமே சுடுகாடாய் மாறி இருந்தது. நிலைமை தனக்குச் சாதகமில்லை என்று புரிந்து போனபோது வீட்டுக்குப் போனார். ஒரு சக்கரவர்த்தி போன்று வாழ்வதற்கான சகல அதிகாரங்களும், சௌபாக்கியங்களும் திகட்டத் திகட்ட அரசியல் யாப்பில் இருந்ததே அந்தத் தள்ளாத வயதிலும் வந்த விபரீத ஆசைக்குக் காரணம். சிலவற்றைப் பார்த்துவிடலாம்.

முப்படைத் தளபதிகளை நியமிக்கும் அதிகாரம், நினைத்த நேரத்தில் பிரதமரை நியமிக்கும், தூக்கியடிக்கும் அதிகாரம், அத்தனை அமைச்சையும் கையகப்படுத்திக் கொள்ளும் அதிகாரம், அமைச்சரவைக்கு ஒதுக்கப்பட்டுள்ள துறைகளையும் பணிகளையும் தடலாடியாய் மாற்றும் அதிகாரம். உதாரணத்திற்கு இலங்கை கிரிக்கெட் சபையைக் கல்வி அமைச்சுக்கு கீழே கொண்டு வரலாம். யாரும் மூச்சுவிட முடியாது.

அமைச்சர்களை நியமிக்கும் / நீக்கும் அதிகாரம், மேல் நீதிமன்ற நீதிபதிகள், உச்ச நீதிமன்ற நீதிபதிகளை நியமிக்கும் அதிகாரம், அமைச்சர்களின் செயலாளர்களை நியமிக்கும் அதிகாரம், அரச

நிறுவனங்கள், திணைக்களங்களிற்குத் தலைவர்களை நியமிக்கும் அதிகாரம்.

அதுமட்டுமல்ல.... தேசிய போலிஸ் சேவை ஆணைக்குழு, இலங்கை மனித உரிமை ஆணைக்குழு, லஞ்ச ஊழல்கள் விசாரணை ஆணைக்குழு, நீதிச் சேவை ஆணைக்குழு, தேர்தல் ஆணைக்குழு, கணக்காய்வு ஆணைக்குழு என்று வெளிப்படைத்தன்மையாய் ஒரு நாட்டின் அரச இயந்திரம் சுழல என்னென்ன ஆணைக்குழுக்கள் இருக்கின்றனவோ அத்தனைக்கும் மேலாளர்களை நியமிக்கும் அதிகாரம். மேலும் கணக்கில் வராத சொகுசுகள், மாளிகைகள், ஓய்வூதியம் என்று கொண்டாட்டமான வாழ்க்கை.

ஜனாதிபதிக்குரிய இத்தனை பிரமாண்ட அதிகாரங்களைப் பார்க்கும் போது பாராளுமன்றம் எதற்கு என்று தோன்றுகிறது அல்லவா..? பாராளுமன்றத்தை நினைத்த நேரத்தில் கூட்டும், ஒத்திவைக்கும் அதிகாரமும் ஜனாதிபதியிடம் தான் இருக்கிறது. ஒரு பாராளுமன்றத் தேர்தல் நடந்து ஒரு வருடம் பூர்த்தியான பின்னர் ஜனாதிபதிக்குப் பொழுது போகாவிட்டால் கலைத்துவிடலாம் என்ற அதிகாரமும் இரண்டாயிரத்துப் பதினைந்து வரை இருந்தது. இப்போது அது இரண்டரை ஆண்டுகள் என்று திருத்தப்பட்டு இருக்கிறது.

ஜே.ஆர். ஓய்வு பெற்று, பிரேமதாஸ கொல்லப்பட்டு, ஐக்கிய தேசியக் கட்சியும் பதினேழு வருடம் ஆட்சி செய்து நொந்து வெந்து போன சமயம் சந்திரிக்கா பண்டாரநாயக்க ஆயிரத்துத் தொளாயிரத்துத் தொண்ணூற்று நான்கில் ஜனாதிபதித் தேர்தலில் வென்றார். தான் பதவிக்கு வந்தவுடனே

பொதுமக்களிடம் சர்வஜன வாக்கெடுப்பு நடத்தி நிறைவேற்று ஜனாதிபதி முறையை ஒழிப்பேன் என்ற அவரது கோஷம் தாராளமாய் வேலை செய்தது. ஆனால் எதுவுமே செய்யவில்லை. சமாதான தேவதை என்று விளிக்கப்பட்ட அவரும் வரலாற்றின் குப்பைத் தொட்டியில் விழுந்தார்.

இடி அமீன், கடாபி, பொல்பொட், சதாம் ஹுஸைன் போன்றோருக்கு என்னென்ன அதிகாரங்கள் இருந்ததோ அத்தனையும் ஜனநாயகம் என்ற பேரில் இங்கே இருக்கிறது. அவ்வளவுதான். இப்பேர்ப்பட்ட அதிகார வெறி பிடித்த ஜனாதிபதி ஒரு கட்சியிலும் பிரதமர் வேறு ஒரு கட்சியிலும் இருந்து தொலைத்தால் அதைப் போன்ற சீரழிவைக் கேட்கவும் வேண்டுமா? அந்தப் பேரவலத்தையும் நாடு பார்த்து ரசித்தது.

இரண்டாயிரத்தொன்றாம் ஆண்டு சந்திரிக்கா பாராளுமன்றத்தில் பெரும்பான்மையை இழந்தார். நாடு தேர்தலுக்குச் சென்றது. எதிர்க்கட்சித் தலைவர் ரணில் பிரதமரானார். அன்று முதல் நடந்தது ஆட்சி அல்ல... பூனை-எலி விளையாட்டு. அதிகார மோதல்கள் இல்லாத தினங்கள் இருந்ததே இல்லை. எப்படி உருப்படி இல்லாமல் போவது என்று ஸ்டார் ஹோட்டல்களில் ரூம் போட்டு யோசித்தார்கள். ஊடக அமைச்சு உட்பட ரணிலின் மூன்று முக்கிய அமைச்சுக்களைக் கைப்பற்றிக் குடைச்சல் கொடுத்த சந்திரிக்கா க்ளைமேக்ஸ் அதிரடியாகப் பாராளுமன்றத்தைக் கலைத்தார். வெறும் இரண்டே கால் வருடத்தில் ஆட்சி கவிழ்ந்தது.

சரி, ஜனாதிபதியைப் பதவி நீக்கம் செய்ய வழி ஒன்றுமில்லையா என்று ஆராய்ந்தால் அதையும் ஜே.ஆர்.ஜெயவர்தன அரசியல் யாப்பில் எழுதித் தீர்த்து இருக்கிறார்.

வேண்டுமென்றே அரசியலமைப்பை மீறிய குற்றம், தேசத் துரோகம் புரிந்த குற்றம், இலஞ்சம் பெற்ற குற்றம், பதவியைத் துஷ்பிரயோகம் செய்து ஊழல் புரிந்த குற்றம், ஒழுக்கக் கேட்டை உள்ளடக்குகிற ஏதேனும் சட்டத்தின் கீழான தவறு. இப்படி ஏதாவது ஒன்றுடனோ பலவற்றுடனோ ஜனாதிபதியார் சம்பந்தப்பட்டுள்ளார் என்று யாராவது பாராளுமன்ற உறுப்பினர் ஒருவர் சபாநாயகருக்கு முகவரி இடப்பட்ட கடிதத்தின் மூலம் அறிவிக்க வேண்டும்.

மேலும் குறித்த கடிதத்தில் இருநூற்று இருபத்தைந்து பாராளுமன்ற உறுப்பினர்களில் குறைந்தபட்சம் நூற்றிப் பதிமூன்று பேரின் ஒப்பம் இருக்க வேண்டும். அப்படி இருந்தால் மட்டுமே சபாநாயகர் பொறுப்பேற்பார். அல்லாதபட்சத்தில் கழிவுத் தொட்டி தான். சரி, அப்புறம் என்ன..? விசாரணையா..? நம்பிக்கையில்லாத் தீர்மானமா..? எதுவுமே இல்லை.

ஜனாதிபதிக்கு எதிரான குற்றப் பிரேரணை சமர்ப்பிக் கப்பட்டு பாராளுமன்றத்தில் வாக்கெடுப்பிற்கு விடப்படும். இவ்வாக்கெடுப்பு மூன்றில் இரண்டு பெரும்பான்மையுடன் நிறைவேறுதல் வேண்டும். அதாவது அந்நாளில் பாராளுமன்றத்தில் சமூகமளிக்காதோர் உட்பட மொத்தம் நூற்றைம்பது உறுப்பினர்களின் ஆதரவைப் பெற்று இருத்தல் வேண்டும். இத்தோடு முடிந்ததா..? இல்லை.

பாராளுமன்றத்தில் நிறைவேற்றிய தீர்மானத்தை சபாநாயகர் உச்ச நீதிமன்றத்திற்கு அனுப்பி வைப்பார். உச்ச நீதிமன்ற விசாரணையில் தாமே நேரடியாக வாதாடவும் அல்லது சட்டத்தரணி மூலம் வழக்குரைக்கவும் ஜனாதிபதிக்கு உரிமை உண்டு. உச்ச நீதிமன்றமும் ஜனாதிபதியைக் குற்றவாளியாகக் கண்டு 'ஜனாதிபதி பதவி நீக்கப்பட வேண்டும்' என்று

சபாநாயகருக்கு அபிப்பிராயம் தெரிவித்தால் எல்லாம் சுபமா..? இல்லை.

உச்ச நீதிமன்றத்தின் தீர்மானம் மீண்டும் பாராளுமன்றத்தில் வாக்களிப்புக்கு விடப்படும். மீண்டும் மூன்றில் இரண்டு பலத்துடன் நிறைவேறினால் மட்டுமே ஜனாதிபதி பதவி விலகியவராய் உலகத்திற்கு அறிவிக்கப்படுவார். 'ஷபா.... கண்ணைக்கட்டுதே' என்பதன் உண்மையான அர்த்தம் இப்போது புரிகிறதா..?

இந்த நீண்ட செயல்பாடு நடைமுறையில் சாத்தியமே இல்லை என்று சித்த சுயாதீனமில்லாத நபருக்குக்கூட அழகாய் விளங்கும். ஜனாதிபதி என்பவர் மாசற்ற இறைத்தூதுவர் போலத்தான் பதவிக்காலம் முழுக்க இருப்பார்.அவரது பதவிக்காலத்தில் தனிப்பட்ட காரணங்களுக்காகவோ அல்லது அரசியல் காரணங்களுக்காகவோ எந்த வழக்கையும் தாக்கல் செய்யக் கூடக்கூடாது என்று அரசியல் யாப்பு சொல்கிறது. ஜனாதிபதிக்கு எதிராக அவரது துணை விவாகரத்து வழக்குக் கூட செய்ய முடியாது.

ஆயிரத்துத் தொளாயிரத்துத் தொண்ணூற்றொன்றாம் ஆண்டு முன்னாள் ஜனாதிபதி பிரேமதாஸவைப் பதவி நீக்க அரசியல் யாப்பின் படி ஒரு முயற்சி மேற்கொள்ளப்பட்டது. ஆனால் மொட்டிலேயே அது கருகிப் போனது. பிரேமதாஸ பாராளுமன்றத்தை ஒத்திப் போட்டு சர்க்கஸ் வித்தை காட்டினார்.

இரண்டாயிரத்துப் பதினைந்தாம் ஆண்டு மகிந்த ராஜபக்சேவைத் தோற்கடிக்க எதிர்க்கட்சிகள், சிவில் அமைப்புகள் எல்லாம் ஒன்று சேர்ந்தன. மகிந்த ராஜபக்சேவின் சுகாதார அமைச்சர் சிறிசேனாவை பொதுவேட்பாளராக்கின. தேசம் இக்கேடு கெட்டுப் போனதற்குக் காரணம் சர்வ அதிகாரம் படைத்த

நிறைவேற்று ஜனாதிபதி முறைமைதான் என்று திரும்பத் திரும்ப ஊடகங்களில் சொல்லப்பட்டது. புதிய அரசியல் கலாசாரத்தை ஏற்படுத்தி நாட்டை வளப்படுத்த, தான் தேர்தலில் வென்றதும் 'நிறைவேற்று அதிகார ஜனாதிபதி முறையை ஒழிப்பேன்' என்று உலகத்தில் அதிகம் சொல்லப்பட்ட அந்தப் பொய்யை சிறிசேனாவும் சொன்னார். ஆனால் அவராலும் செய்ய முடியவில்லை. பத்தொன்பதாவது அரசியலமைப்புத் திருத்தத்தின் மூலம் ஜனாதிபதியின் கனதியான அதிகாரங்களும் வல்லமைகளும் பிடுங்கப்பட்டன. பத்துபேர் கொண்ட அரசியலமைப்புச் சபை நிறுவப்பட்டு அவற்றின் சிபாரிசுகளின் அடிப்படியிலே நீதித் துறை, போலிஸ், தேர்தல் ஆணைக்குழு போன்றவற்றின் நியமனங்கள் அமைந்தன. பிரதமர் ரணிலும் பாராளுமன்றமும் அதிகாரம் பெற்று புஷ்டியாய் இருந்தார்கள்.

காலம் செல்லச் செல்ல ரணில் - சிறிசேனா லடாய் வலுத்தது. தன் முன்னாள் ஜனாதிபதிகள் ஆண்டவாறு தன்னால் முடியவில்லை என்று பகிரங்கமாய் முணுமுணுக்கத் தொடங்கினார் சிறிசேனா. ஒரு கட்டத்தில் ரணிலைப் பதவி நீக்கம் செய்தார். ஆனால் உச்ச நீதிமன்றம் ரணிலைப் பதவி நீக்க சிறிசேனாவுக்கு அதிகாரம் இல்லை என்று ஒரு போடு போட்டது. கான மயிலாடக் கண்டிருந்த வான் கோழி தானும் அதுவாய்ப் பாவித்து தன் பொல்லாச் சிறகை விரித்தாடினாற் போல அமைந்தன அதிகாரம் குறைந்த ஜனாதிபதி சிறிசேனாவின் லூட்டிகள்.

இரண்டாயிரத்துப் பத்தொன்பது ஜனாதிபதி தேர்தலில் பலமான ஜனாதிபதியின் தேவை மீண்டும் பேசு பொருளாகியது. கோட்டாபய ராஜபக்சே

அமோக ஆதரவுடன் வென்றார். பாராளுமன்றத் தேர்தலிலும் மூன்றில் இரண்டு பெரும்பான்மை பலம் கிடைத்தது. இருபதாவது அரசியல் அமைப்புத் திருத்தத்தைக் கொண்டு வந்து ஜே.ஆர். பாணியில் சகல அதிகாரமும் பொருந்திய ஜனாதிபதியானார். அவருக்கு நடந்தது என்ன என்று புதிதாய் விவரிக்கத் தேவை இல்லை. இப்போது மீண்டும் ஜனாதிபதியின் அதிகாரத்தை மட்டுப்படுத்தும் புதிய அரசியல் அமைப்புத் திருத்தம் அமைச்சரவை ஒப்புதலுடன் பாராளுமன்றத்திற்கு வந்து இருக்கிறது. இப்படியே ஜனாதிபதியின் அதிகாரத்தைக் குறைப்பதும் கூட்டுவதுமாய் காலங்கள் கரைந்து வீணாகிக் கொண்டிருக்கின்றன. நாட்டிற்குப் பொருத்தமான அரசியல் யாப்பைக் கூட எழுதுவதற்கு யாரும் இல்லை. அல்லது அதற்கான எந்தவிதத் தேவையும் ஆட்சியாளர்களுக்கு இல்லை.

ஜே.ஆர்.ஜெயவர்தன ஆயிரத்துத் தொளாயிரத்து எழுபத்தெட்டில் ஜனாதிபதி ஆட்சி முறையை அறிமுகப்படுத்திய போது அந்நாளில் புத்திஜீவிகள் பலரும் கேட்ட ஒரே ஒரு கேள்வி இதுதான். தப்பித் தவறி இப்பதவியில் இருப்பவர் தன்னிஷ்டத்திற்குப் பட்டதெல்லாம் செய்து பைத்தியம் போல நடந்து கொண்டால் என்ன செய்வது..?

ஜே.ஆர் ஜெயவர்தன ஒரு தோல்வியுற்ற தலைவராய் இறந்தார். உலகத்திற்கு அதிக அகதிகளை ஏற்றுமதி செய்த ஜனாதிபதியவர். வரலாற்றில் சில சம்பவங்கள் இரண்டு தடவை நடப்பதுண்டு. முதல் தடவை அது அவலச்சுவையாய் முடியும். இரண்டாம் தடவை அது நகைச்சுவையாய் முடியும் என்றார் கார்ல் மார்க்ஸ்.

ஜே.ஆரிடம் அன்று புத்தி ஜீவிகள் கேட்டதற்குப் பதில் தான் இன்றைய கோட்டாபய.

ரணில்: சொன்னது என்ன?
செய்தது என்ன?

'சர்வதேச நாடுகள் எல்லாம் ஜனாதிபதி ரணில் விக்ரமசிங்கவை அச்சத்துடன் பார்க்கின்றன. அவரோடு கவனமாகவே கொடுக்கல் வாங்கல் செய்கின்றன. நமது நாடும் செழிப்புற்று வருகிறது. இன்று உலக அரங்கில் உலாவி வரும் அதிகாராதிபதிகளில் எமது தலைவரும் ஒருவர்.' என்று ஜனாதிபதி ரணிலின் ஆஸ்தான அல்லக்கைகளில் ஒருவரான வஜிர அபேவர்தன என்பவர் அண்மையில் தெரிவித்திருந்தார். இன்னும் சில ஆண்டுகளுக்கு 'மீளவே முடியாது' என்று பொருளாதார நிபுணர்களால் சத்தியம் செய்து கூறப்பட்ட தேசத்தில் ஜனாதிபதி ரணிலின் ஆட்சி நூறாவது நாளை நெருங்கிக் கொண்டிருக்கிறது. உண்மையில் அடிப்பொடிகளும் எடுபிடிகளும் சொல்வது போல அத்தனை சீக்கிரத்தில் எல்லாமே தலைகீழாகி ஷங்கர் பட க்ளைமேக்ஸ் காட்சிகள் போல ஓவர் நைட்டில் அனைவரும் திருந்தி புகார்ப் பெட்டிகள் எல்லாம் காலியாகி நாடு ஸ்திரத்தன்மையடைந்து விட்டதா..?

கணினி முன்னே உட்கார்ந்து தேடினால் கொட்டோ கொட்டென்று கொட்டுகின்றன தகவல்கள். மந்த போசனையுள்ள நாடுகளின் உலகத் தரவரிசையில் ஆறாவது இடம், ஆசியாவில் இரண்டாவது இடம், உலகப் பணவீக்கத் தரப்படுத்தலில் ஐந்தாவது இடம், மேலும் கடந்த செப்டம்பரில் மட்டும் உணவுப் பணவீக்கம் தொண்ணூற்றைந்து சதவீதம்....

இதற்கு மேல் தேடுவதற்கு ஒன்றுமில்லை. ரணில் கட்டி எழுப்பிக் கொண்டிருக்கும் சுவர்க்கத்தைத் தேடிப் போனால் எட்டாவது நரகத்திற்கான சாவியே கிடைக்கிறது. டேட்டா வீணானதைத் தவிர கண்ட பலன் ஒன்றுமில்லை.

உண்மையில் ரணில் என்பவர் திடீரென்று மணமகன் தப்பியோடியதால் ராஜபக்சே தரப்பு தமக்குத் தோதாக தேர்வு செய்த மாப்பிள்ளை. அவர் மேல் முழுப் பழியையும் சுமத்த முடியாது. வேண்டுமென்றால் ஐம்பதாண்டு அரசியலில் என்ன சாதித்தீர் என்று பொதுவாகத் திட்டலாம்.

இதெற்கெல்லாம் காரணம் பஞ்சத்தின் செல்வன் கோட்டாபய ராஜபக்சேவின் எகத்தாளமான தீர்மானங்கள்தான் என்று குழந்தைகளுக்கும் தெரியும். இந்தக் கெட்டகேட்டிலும் ரணிலால் உள்நாட்டில் சில சமாளிப்புக்களைச் செய்ய முடிந்திருப்பதையும் ஏற்றுக் கொள்ள வேண்டும்.

பெட்ரோல், டீசல்களைப் பெற வாகனாதிகளுக்கு 'கோட்டா' சிஸ்டம் அமல்படுத்தப்பட்டுள்ளதால் இப்போது எரிபொருள் வரிசைகள் இல்லை. உலக வங்கியிடம் கெஞ்சிக் கூத்தாடிப் பெற்ற எழுபது மில்லியன் டாலரை அடுத்த ஒன்றரை வருடத்திற்குக் காஸ் சிலிண்டர்களைப் பெற மட்டுமே ஒதுக்கி

இருக்கிறார் ரணில். இதனால் காஸ் வரிசைகள் இல்லை. மாணவர்கள் பள்ளிகளுக்குச் செல்கிறார்கள். அலுவலகங்கள் பழையபடி இயங்குகின்றன. எரிபொருள் கோட்டாவால் விளைந்த மிகப் பெரும் பலன் என்னவென்றால் ஒரு நாளைக்கான மின்வெட்டு பதின்மூன்று மணித் தியாலத்திலிருந்து இரண்டரை மணித் தியாலமாய் குறைக்கப்பட்டதுதான். காரணம் இலங்கை அதன் மின்னுற்பத்தியில் எரிபொருளையே ஆபத்பாந்தவனாய் நம்பி இருக்கிறது.

வாகனங்களுக்கு வரையறுக்கப்பட்ட எரிபொருளே கிடைப்பதால் பிரச்னை இன்றி மின்னுற்பத்தியைக் கொண்டு செல்ல முடிகிறது. இது எப்படி என்று சொன்னால் இரத்த அழுத்தமும் கொலஸ்திரோலும் சர்க்கரை வியாதியும் வந்த ஒருவனின் உணவுத் தேர்வு போல... ஏதாவது ஒன்று அப்படி இப்படியானால் உடம்பு என்ற சிஸ்டம் உருப்படியாமல் போய்விடும். அதேபோலத் தான் இங்கேயும். அனைவருக்கும் ஃபுல் டேங்க் அடிக்கச் சொன்னால் அவ்வளவுதான் . நாடு இருட்டில் இருக்கும்.

உள்ளூரில் ஏதேதோ செய்து தற்காலிகமாய்ப் பள்ளங்களையும் வெடிப்புக்களையும் மூடத் தன்னாலான அத்தனையையும் செய்து கொண்டிருக்கிறார் ரணில். ஆனால் அவர் பதவிக்கு வரும் போது வர்ணிக்கப்பட்ட விதமே வேறு. 'சர்வதேசத்தின் மொழி புரிந்த ஒருவர், அமெரிக்க ஐரோப்பா ஸ்டைல் கோட் சூட் நாயகன், ராஜபக்சாக்களைப் போல காட்டான்தனமாய் முடிவெடுக்காத மதியூகி' என்றெல்லாம் விசேடப் பட்டங்களை லாரி லாரியாய் இறக்கி வைத்தார்கள் அவரது ஆதரவாளர்களும் ஒரு சில ஊடகங்களும். சரி, ரணிலாரின் சர்வதேச உறவுகள் எப்படி இருக்கின்றன?

செங்கம்பள வரவேற்பு எப்படிப் போனாலும் சம்பிரதாய 'ஹாய் ஹலோ' க்களாவது உண்டா?

பதவிக்கு வந்த நாள் முதல் உறவு வளர்க்க முதல் வகுப்பு விமான டிக்கட்டில் வெளிநாடுகளுக்கு ஓடும் முன்னோர்களைப் போலல்லாமல் அமைதியாய் இருந்தார் ரணில். அப்படி இருந்தவர் தேர்வு செய்த முதல் இரண்டு பயணங்களும் அத்தனை மங்களகரமானதாய் இல்லை. முதலில் எலிசபத் மகராணியின் மரண வீட்டுக்கும் அடுத்ததாய்ப் படுகொலை செய்யப்பட்ட முன்னாள் ஜப்பான் பிரதமர் ஷின்சோ அபே இன் வீட்டுக்கும் சென்றார். வெறும் விநோதனின் விசித்திர யாத்திரைகளாய் இவற்றை எடுத்து ஒதுக்கிவிட முடியாது. அடுப்பெரிய வழியின்றி இருக்கும் வீட்டிலிருந்து எந்தக் குடும்பஸ்தனும் பல நூறு மைல் தூரம் காசைக் கொட்டிப் பயணம் செய்யாதபோது திவாலான தேசத்திலிருந்து ரணில் மட்டும் ஆயிரக்கணக்கான மைல்கள் வெட்டியாகப் பறப்பாரா? சோழியன் குடுமி மட்டுமல்ல, ரணிலின் தசையும் சும்மா ஆடவில்லை.

ரணில் லண்டனுக்குப் பறந்து கொண்டிருக்கும் போது பிரிட்டன், இலங்கைக்கு எதிராக ஐக்கிய நாடுகளின் மனித உரிமைப் பேரவையில் பிரேரணை ஒன்றைத் தயார் செய்து கொண்டிருந்தது. இலங்கையில் சிறுபான்மைச் சமூகங்களுக்கு எதிராக நடைபெற்ற மனித உரிமை மீறல்கள்தான் இதன் அடிநாதம். இத்தனைக்கும் ராஜபக்சே யுகத்தில் தடை செய்யப்பட்ட புலம்பெயர் தமிழ் அமைப்புக்கள் பலவற்றின் தடைகளை நீக்கிவிட்டுத் தான் ரணில் விமானமேறியும் இருந்தார். இப்படி தடை நீக்கப்பட்ட மிக முக்கிய தமிழ் டயஸ் போரா அமைப்புக்களில் க்ளோபல் தமிழ் போரமும் ஒன்று.

அவ்வமைப்பு, 'இலங்கைக்கு எதிராக பிரிட்டன், பிரேரணையைக் கொண்டு வந்தே தீரவேண்டும்' என்று பிரிட்டன் அரசுக்குப் பெரும் அழுத்தத்தைப் பிரயோகித்துக் கொண்டிருந்தது. பரிதாபம் என்னவென்றால் அவ்வளவு தூரம் பயணம் செய்த ரணிலால் பிரிட்டனின் எந்தவொரு அமைச்சரையும் அதிகாரமிக்க நபரையும் சந்திக்க முடியாமல் சென்றமைதான். மகாராணிக்கு அஞ்சலி செலுத்திவிட்டு நாடு திரும்பிக் கொண்டிருந்த போது, மனித உரிமை மீறலில் ஈடுபட்ட இலங்கையின் ராணுவ வீரர்களையும் சேர்த்துத் தடைசெய்யும் பிரேரணையை ஜெனீவாவில் பிரிட்டன் சமர்ப்பித்து இருந்தது.

இத்தீர்மானம் அக்டோட்பர் 6ம் தேதி பதின்மூன்று மேலதிக வாக்குகளால் நிறைவேற்றப்பட்டிருக்கிறது. தீர்மானத்திற்கு ஆதரவாக இருபது நாடுகளும் எதிராக ஏழு நாடுகளும் வாக்களித்து இருக்கின்றன. வாக்கெடுப்பில் இருபது நாடுகள் கலந்து கொள்ளவில்லை. அமெரிக்கா, பிரிட்டன், பிரான்ஸ்,ஜெர்மனி எல்லாம் இலங்கைக்கு எதிரான பக்கத்தில் நிற்க வழக்கம் போல கந்து வட்டி முதலாளி சைனா, இலங்கையைத் தாங்கி நின்றது. சைனாவுடன் பொலீவியா, எரித்ரியா, கியூபா, பாகிஸ்தான், உஸ்பெகிஸ்தான், வெனிசூலா ஆகிய நாடுகள் மட்டுமே 'தோழா..! தோழா..! தோள் கொடு கொஞ்சம் சாஞ்சிக்கணும்' என்று இலங்கையோடு டூயட் பாடின. இந்நாடுகளைப் பார்க்கும் போது ஜனசந்தடி மிக்க பாதையைக் கடக்க குருடனுக்குக் குருடன் வழிகாட்டியது போன்று இருக்கிறது. எதற்கு வம்பு என்று பெரிய அண்ணன் இந்தியா வாக்கெடுப்பு நடக்கும்போது எங்கோ போய் ஒளிந்து கொண்டது.

ஜெனீவா மனித உரிமைப் பேரவையின் பிரேரணை எந்த ஒரு நாட்டையும் நேரடியாகக் கட்டுப்படுத்தவோ உள்ளக விவகாரங்களில் தலையிடவோ செய்யாது என்ற போதிலும், இலங்கை போன்ற படு இக்கட்டான நிலைமையில் இருக்கும் நாடுகளுக்கு மேலும் குடைச்சலையும் தலையிடியையும் கொடுக்கும் விவகாரமாகவே அமையும். அனைத்து நாடுகளின் ஒத்துழைப்புடன் இலங்கையின் பொருளாதாரத்தைக் கட்டியெழுப்ப வேண்டிய இத்தருணத்தில் இப்பிரேரணையானது தேவையே இல்லாத ஆணி என்றாலும் சவால்மிக்க ஆணி.

ரணிலின் அரசாங்கம் ராஜபக்சே தரப்புடன் சேர்ந்து இப்பிரேரணையில் உள்ளடக்கப்பட்டிருக்கும் தீர்மானங்களுக்கு ஒத்துழைக்காமல் பாமர சிங்கள மக்களிடம் வீரதீர இதிகாசக் கதைகள் கூறத் தலைப்பட்டால் பொருளாதாரச் சிக்கலிலிருந்து மீள்வது என்பது என்றைக்கும் கனவாகவே இருக்கும்.

சரி, ரணிலாரின் பிரிட்டன் சுற்றுப் பயணமும் ஜெனீவா விவகாரமும் தான் படுத்தி எடுத்துவிட்டது. விடுவோம். ஜப்பான் மரண வீட்டில் என்ன நடந்தது..?

ஒரு மாநாட்டைக் கூட்டி இலங்கையின் கடன் மறுசீரமைப்பு விவகாரத்தைக் கச்சிதமாய் முடித்துத் தருமாறு ஜப்பானிடம் தான் கோரிக்கை விடுத்திருப்பதாகவும் ஜப்பான் அதை ஏற்றுக் கொண்டிருப்பதாகவும் ஜப்பான் செல்லும் முன்பு ராய்ட்டர் செய்திச் சேவைக்கு ரணில் தெரிவித்து இருந்தார். ஆனால் அப்படி எதற்கும் தாங்கள் உடன்படவே இல்லை என்று ஜப்பான் வெளிவிவகார அமைச்சு உடனே அறிக்கைவிட்டது. அது சரி.... அதென்ன கடன் மறு சீரமைப்பு..?

ஒரு தனிநபரோ அல்லது நிறுவனமோ கடன் வாங்கும் போது கடன் கொடுப்பவர் நிபந்தனை விதிப்பார். வட்டி இவ்வளவு, மாதம் இவ்வளவு கட்ட வேண்டும், இத்தனை தவணைகளில் கட்ட வேண்டும். இப்படி..

ஆனால் கடன் எடுத்தவரின் பொருளாதார நிலை ஆட்டம் காணத் தொடங்கினால் இது சிக்கலுக்கு உள்ளாகும். 'இங்கே பாரு, எனக்கு மாதம் ஆயிரம் ரூபாயெல்லாம் கட்ட வசதி கிடையாது. வேண்டுமென்றால் ஐந்நூறு கட்டுகிறேன். என் பத்து மாதத் தவணைக் காலத்தை இருபது மாதமாக ஆக்கித் தந்துவிடு' என்று கடன் பெற்றவர் போய் கடன் கொடுத்தவருடன் ஒரு உடன்படிக்கை செய்து கொண்டு அவரும் 'சரிப்பா' என்று ஒத்துக் கொண்டால் சுபம். இவ்வளவுதான் கடன் மறுசீரமைப்பு என்பதன் அடிப்படை விதி.

இக்கடன் மறுசீரமைப்புக்குக் கடன்கொடுத்தவர் சம்மதம் தெரிவிக்கா விட்டால் என்ன நடக்கும்..? கடன் பெற்றவரின் ஏதாவது ஒரு சொத்தை பலாத்காரமாய் உரிமையாக்கிக் கொள்வார். நாடுகள் கடன் வாங்கும் போதும் இப்படித்தான். வளர்ந்த நாடுகள் பரிதாபப்பட்டு கடனைத் தள்ளுபடி செய்யும். அல்லது கடன் மறுசீரமைப்புக்குச் செல்லும்.

சைனாவுக்குக் ‘கடன் மறுசீரமைப்பு’ என்ற சொல் எப்போதுமே அலர்ஜி. 2010ம் ஆண்டு 1.3 பில்லியன் டாலர் கடனில் கட்டப்பட்ட ஹம்பாந்தோட்டைத் துறைமுகத்தின் கடன் தவணையைச் செலுத்த இலங்கை திக்கித் திணறிக் கொண்டிருந்தது. 2018ம் ஆண்டு சைனா துறைமுகத்தையும் சுற்றிவரப் பதினைந்தாயிரம் ஏக்கர் நிலத்தையும் தொண்ணூற்று ஒன்பது வருடக் குத்தகை என்ற பேரில் தன் பேருக்கு எழுதிக் கொண்டது.

காதலும் கடவுளும் இல்லாத இடமில்லை என்பது போல இலங்கை கடன் வாங்காத தேசமே இல்லை. எந்தளவுக்கு என்றால் பங்களாதேஷைக் கூட விட்டுவைக்கவில்லை. இலங்கையின் மொத்தக்கடன் ஐம்பத்திரண்டு பில்லியன் டாலர்கள். 'இன்று வரும், நாளை வரும்' என்று கண்ணாமூச்சி ஆட்டம் காட்டிக் கொண்டிருக்கிறது சர்வதேச நாணய நிதியத்தின் 2.9 பில்லியன் டாலர் நிதியுதவியும். 'முதலில் நீ கடன் வாங்கிய நாடுகளுடன் பேசி கடன் மறுசீரமைப்பு செய்து கொள்' என்கிறது நிதியம். ஜப்பானில் ரணில் வெளிநாட்டமைச்சரைச் சந்தித்தார். பிரதமரைச் சந்தித்தார். "நான் தலையிடும் முன் இந்தியாவின் சம்மதத்தையும் சைனாவின் சம்மதத்தையும் பெற்றுக் கொள்" என்று சொல்லிவிட்டது ஜப்பான். என்னவொரு துயரம்!

"இலங்கையின் கடன் மறுசீரமைப்பு விவகாரத்தில் ஜப்பான் ஒரு உறவுப் பாலமாய் இருக்கும். ஜப்பான் தலைமையை ஏற்று மற்றைய நாடுகளுடன் பேசி இலங்கையைக் கரை சேர்க்கும்" என்று பாராளுமன்றத்தில் உற்சாகமாய்ப் பேசினார் ரணில். அந்தோ பரிதாபம்.... 'தலைமை ஏற்பதாக தான் எதுவும் சொல்லவே இல்லை' என்று அடுத்த அரை மணி நேரத்தில் இலங்கையில் இருக்கும் ஜப்பான் தூதரகம் சுடச்சுட அலறியது.

ஜப்பான் எப்போதுமே இலங்கையின் இஷ்ட மித்ர நாடுகளின் பட்டியலில் முதல் ஐந்துக்குள் தான் இருந்தது. கோட்டாபய ராஜபக்சே அதற்கும் ஆப்பு சொருகி விட்டுத்தான் தப்பி ஓடினார். கடந்த சிரிசேனா-ரணில் ஆட்சியின் போது ஜப்பான் இரண்டு பில்லியன் டாலர்கள் செலவில் கொழும்பில் மெட்ரோ ரயில் திட்டத்திற்கு உடன்படிக்கை செய்திருந்தது. இது

சைனாவுக்கு லேசாய்க் கடுப்பைக் கிளப்பி இருந்தது. 2019 ஜனாதிபதித் தேர்தலில் வென்று ஆட்சிக்கு வந்த கோட்டாபய, தன் சிஷ்யப் பிள்ளைகளிடம் இதுபற்றி அபிப்பிராயம் கேட்டார். அவர்களும் மெட்ரோ ரயிலின் நோக்கமே புரியாமல், 'இதில் சரக்குகளைக் கொண்டு செல்ல முடியாது. மொத்தத்தில் இதுவொரு வேண்டாத வேலை' என்று சான்று பகர்ந்தார்கள். பரமார்த்த குரு கோட்டாபயவும் எந்தவித முன் யோசனையும் இன்றி உடனே திட்டத்தை நிறுத்தினார். இந்தத் தீர்மானத்தின் பின்னணியில் சைனா இருந்திருக்கக் கூடும். எது எப்படியோ.... இந்த சம்பவம் ஏற்படுத்திய சீற்றத்தில் இருந்து இன்னமும் ஜப்பான் மீளவில்லை என்றே தெரிகிறது.

உலக சந்தையில் ரணிலின் மதிப்பு இப்படித்தான் இருக்கிறது. 'இங்கே ஜனாதிபதிப் பதவி மட்டும் தான் மாறியிருக்கிறது. கோட்டாபய அரசுக்கு அன்று மக்கள் வழங்கிய ஆணை எப்போதோ காலாவதியாகிவிட்டதால் புதிய பாராளுமன்றப் பிரதிநிதிகளையே மக்கள் எதிர்பார்க்கிறார்கள்' என்று சர்வதேசத்திற்கும் நன்கு புரியும். ரணில் என்ற தனிப்பட்ட நபரை சர்வதேசம் ஆரத் தழுவிக் கொள்ளும் என்ற கற்பிதம் உடைந்து சுக்குநூறாகிக் கொண்டிருக்கிறது.

சர்வதேச நிலவரம் இப்படியிருக்க இலங்கையில் புதிதாய் இருபத்தேழு லட்சம் ஏழைகள் உருவாகி இருப்பதாக உலகவங்கி அறிக்கை ஒன்றை வெளியிட்டிருந்தது. தொழில் துறைகள் மொத்தமாய் வீழ்ந்து கிடக்கின்றன. சுற்றுலாத்துறையும் இன்னும் மீள் எழுச்சி அடையவில்லை. வெளிநாடுகளில் தொழில் செய்யும் இலங்கையர்கள் அனுப்பும் பணமும் எதிர்பார்த்த பெருபேறுகளை

அடையவில்லை. வருமானத்திற்கு என்ன செய்வது என்று புரியாமல் மலங்க மலங்க விழிக்கிறது ரணில் அரசு.

2019ம் ஆண்டளவில் இலங்கையின் வாட் வரி பதினைந்து சதவீதமாய் இருந்தது. கோட்டாபய ராஜபக்சே, மக்களுக்கு சலுகை வழங்கப் போகிறேன் என்றவாறு அதனை எட்டு சதவீதமாக்கினார். இதனால் முறையாக வரி செலுத்திக் கொண்டிருந்த பத்து லட்சம் பேர் வரி விலக்குப் பெற, அரச வருமானம் பாதியாகக் குறைந்தது. ரணில் மீண்டும் பதினான்கு சதவீதமாக்கினார். 'இது காணாது' என்கிறது சர்வதேச நாணய நிதியம். இலவசச் சுகாதாரம், இலவசக் கல்வியை பிரஜைகளுக்கு வழங்க வேண்டுமென்றால் வாட் வரி பதினெட்டு சதவீதமாக அதிகரிக்கப்பட வேண்டும் என்கிறார் ரணில்.

வருமானத்திற்கு என்ன செய்வது என்று ஒரு சூதாட்டக்காரனைப் போல யோசிக்கிறது அரசு. விபசாரத்தைச் சட்டமூலமாக்குதல், கஞ்சா பயிர் செய்தல் போன்ற அதியற்புத யோசனைகள் எல்லாம் பௌத்த தேசத்தின் பாராளுமன்றச் சுவர்களில் எதிரொலிக்கத் தொடங்கியிருக்கின்றன.

இதேவேளை 104.3 மில்லியன் டாலர் சைனக் கடனில் முந்நூற்றைம்பது மீட்டர் உயரத்திற்குக் கட்டப்பட்டு, இதுவரை கவனிப்பாரற்றுக் கிடக்கும் தாமரைக் கோபுரத்தின் உச்சியில் இருந்து நிலத்திற்கு 'ஸ்கை டைவிங்' அடிக்கும் விளையாட்டை அறிமுகப்படுத்தினால் சுற்றுலாப் பயணிகளின் உள்ளம் குளிரும் என்று யாரோ ஆலோசனை தெரிவித்து இருக்கிறார்கள். 'அப்படியே ஆகட்டும்' என்று ரணிலும் கட்டளை இட்டு இருக்கிறார்.

ஆசியா அபிவிருத்தி வங்கி ஐந்நூறு மில்லியன் டாலர் கடனுதவி வழங்க இருப்பதாகக் கூறுகிறார் ரணில். இப்போது இருக்கும் ஆயிரத்து எழுநூறு மில்லியன் டாலர்கள் வெளிநாட்டு நாணயக் கையிருப்பில் இலங்கையால் வெறும் முந்நூறு மில்லியன் டாலர்களை மட்டுமே பயன்படுத்த முடியும். நூறாயிரம் மெட்ரித் தொன் மசகு எண்ணெய்யுடன் இலங்கையை வந்து அடைந்திருக்கும் இரு கப்பல்கள் டாலர் பற்றாக்குறையால் இன்னமும் அப்படியே கடலில் நிற்கின்றன. எண்ணெய்ச் சுத்திகரிப்பு நிலையமும் இழுத்து மூடப்பட்டிருக்கிறது. எப்படியோ டாலரைத் திரட்டிக் கொண்டு கப்பலை அடையும் போது வழக்கம் போல தண்டப் பணமும் போனஸாக செலுத்த வேண்டி இருக்கும்.

இப்படி மாபெரும் இடர்பாடுகளுக்கிடையே ஒரு சாமானியனின் மளிகைக் கடைக் கடன் புத்தகம் போல நகர்ந்து கொண்டிருக்கிறது ரணிலின் ஆட்சி. நட்டத்தில் இயங்கும் அரச நிறுவனங்கள் தான் ரணில் மீது இருக்கும் அடுத்த பெரும் சவால். பெட்ரோலிய கூட்டுத்தாபனம் ஆயிரத்து நூறு பில்லியன் ரூபாய், மின்சார சபை இருநூற்றைம்பது பில்லியன் ரூபாய், ஸ்ரீலங்கன் ஏர்லைன்ஸ் எண்ணூறு பில்லியன் ரூபாய் என்று கிட்டத்தட்ட நாலாயிரம் பில்லியன் ரூபாய் நட்டத்தில் அரச நிறுவனங்கள் மூழ்கி பொதுமக்களின் வரிப்பணத்தை உறிஞ்சிக் கொண்டிருக்கின்றன.. நாட்டின் அரச சேவையைப் பாதியாகக் குறை என்று கதறுகிறது சர்வதேச நாணய நிதியம். நிதியத்திற்கு கட்டுப்பட்டுப் போனால் கிட்டத்தட்ட ஏழு லட்சம் பேர் டிஸ்மிஸ் செய்யப்படுவார்கள். இப்போதைய நிலையில் இதுமட்டும் நடந்தால் அது ஏற்படுத்தப் போகும் சமூகத்தாக்கங்கள் பயங்கரமானதாக இருக்கும்.

பொருளாதார வங்குரோத்து நிலமைகளால் தேசம் இப்படி அல்லாடிக் கொண்டிருக்க இனியும் புரட்சி ஒன்று ஏற்படாமல் கவனமாய்க் காய் நகர்த்தி வருகிறார் ரணில். கோட்டாபய அவரைப் பிரதமராக்கிய போது 'கோட்டா கோ ஹோம்' கோஷங்களும் ஆர்ப்பாட்டங்களும் தொடர்வது ஜனநாயகத்தின் லட்சணம் என்றவர் இப்போது யாராவது நான்கு பேர் கோல் ஃபேஸ் பக்கம் ஒன்று கூடினாலும் தன் காவல் துறையைப் பயன்படுத்தி விரட்டி விரட்டியடிக்கிறார்.

ரணில் விக்ரமசிங்கவை பாராளுமன்றத்தில் ஜனாதிபதித் தேர்தல் வாக்கெடுப்பின் போது ராஜபக்சே தரப்பு அமோகமாய் ஆதரித்த போதிலும் அவர் யாருக்கும் கட்டுப்படாமல் மதிப்புமிகு தலைவராக மிளிர்வார் என்று சில சர்வதேச ஊடகங்கள் ஆருடம் கூறின. ஆனால் இலங்கை போன்ற மூன்றாம் உலக தேசத்தில் இப்படியான சீர்திருத்தங்களோ வெளிப்படைத்தன்மையான ஆட்சியோ என்றைக்கும் சாத்தியமே இல்லை. ரணில் உட்கார்ந்து இருக்கும் நாற்காலியில் எந்தக் காலும் அவருடையதல்ல என்பதையும் கவனிக்க வேண்டும்.

ரணிலின் செயற்பாடுகளைப் பார்க்கும் போது விரும்பியோ விரும்பாமலோ அவர் ஒரு முழுச் சர்வாதிகார வேடம் பூண்டிருப்பது தெரிகிறது. இத்தனை நாளாய் அணிந்து இருந்த லிபரல் ஜனநாயக பனியனைக் கழற்றி தற்காலிகமாகவோ அல்லது நிரந்தரமாகவோ பரணில் தூக்கிப் போட்டிருக்கிறார். அவருக்கு ஆட்சியை நடத்திச் செல்ல ராஜபக்சே தரப்பு மந்திரிகளின் பூரண ஆசீர்வாதம் தேவை. பாராளுமன்றத்தைக் கலைக்குமாறு எதிர்க்கட்சிகள் தினமும் கோருகின்றன. ஆனால் அப்படிப்

பாராளுமன்றத்தைக் கலைக்க நூற்றுப் பதின்மூன்று உறுப்பினர்களின் ஆதரவு தேவை. இதற்கு ஒரு போதும்ராஜபக்சேதரப்பின்எச்சங்களோமிச்சங்களோ சம்மதிக்கமாட்டார்கள்.

ரணிலுக்குப் பாராளுமன்றத்தைக் கலைக்கும் அதிகாரமும் அரசியல் யாப்பின் படி அடுத்த மார்ச்சில்தான் கைகூடி வரும். அப்படி வரும் பட்சத்திலாவது பாராளுமன்றத்தைக் கலைத்து மக்கள் விரும்பும் ஆட்சி ஒன்றை அமைத்துக் கொள்ள இடம் கொடுப்பாரா என்று தெரியாது.

ஒரு சராசரி அரசியல்வாதியாய் யோசித்தால் யார் எப்படிப் போனால் அவருக்கு என்ன.... தன் வாழ் நாள் இலட்சியமான ஜனாதிபதிப் பதவி என்ற இலட்சியத்தை அவர் அடைந்துவிட்டார் அல்லவா..!

பிச்சைக்கார லட்சாதிபதிகள்

தொண்ணூற்று மூன்று சதவீத எழுத்தறிவு, எழுபத்தாறு ஆண்டுகள் என்ற சராசரி ஆயுள் காலம், மனித அபிவிருத்திச் சுட்டெண் என்றழைக்கப்படும் *'Human Development index'* இல் ஆசியாவில் முதலாவது இடம், சுற்றிவரக் கடல் வளம்,எதை விதைத்தாலும் பிழைத்துக் கொள்ளுமளவுக்கு விதவிதமான சீதோஷ்ண நிலையுடன் கூடிய ஒன்பது மாகாணங்கள், 'பட்டினியை என்றைக்கும் இலங்கை மக்கள் அனுபவிக்கமாட்டார்கள்'என்று பிரித்தானிய ஆளுனர்கள் அந்நாளில் கூறிய ஆரூடங்கள் என்று பெருமையும் பவித்ரமுமாய் இருந்த தேசத்தின் தலைவிதி, தெருப் பைத்தியத்தின் கைகளில் கிடைத்த ஐபோன் 14 மாதிரி ஆகிப் போனதன் பின்னணியை 'டாக்குமெண்டரி' என்றும் 'டெவலப்பிங் ஸ்டோரி' என்றும் தலையங்கங்கள் இட்டு விதவிதமாக விவரித்துக் கொண்டிருக்கின்றன உலக மீடியாக்கள்.

தமது அரசியல் எதிர்காலம் மொத்தமாய் காயடிக்கப்பட்டிருக்கும் நிலையில் அடுத்து

என்ன செய்வது என்ற குழப்பத்துடன் பதறிக் கொண்டிருக்கும் ராஜபக்சே குடும்ப சேவகர்கள், வயது மூப்பால் தள்ளாடிக் கொண்டு இருக்கும் மகிந்த ராஜபக்சேவை கைத்தாங்கலாக அழைத்துக் கொண்டு வந்து தேர்ந்தெடுக்கப்பட்ட நெருக்கமான ஆதரவாளர்களை மட்டும் அழைத்து கலந்துரையாடல்களை மேற்கொண்டு வருகின்றனர். அப்படியொரு சந்திப்பில் பேசிய முன்னாள் அமைச்சர் ஒருவர், "ரஷ்யா - உக்ரைன் யுத்தம் நீண்டு கொண்டே செல்வதால் ஏற்பட்டிருக்கும் உலகப் பொருளாதார மந்தமே எம்மையும் பாதித்து இருக்கிறது. பிரான்ஸிலும் பிரிட்டனிலும் வாழும் குழந்தைகளும் பசியால் வாடுகின்றனர்" என்றார்.

நிதானமில்லாமல் மூக்கு முட்டக் குடித்துவிட்டு வீழ்ந்து கிடக்கும் எந்தவொரு குடிகாரனும்கூடத தன் இத்தனை வருஷ சர்வீஸில் இப்படியொரு அபத்தத்தைப் பேசியிருக்க மாட்டான். உலகப் பொருளாதாரத் தேக்க நிலைக்கும் இலங்கையின் முட்டாள்தனத்திற்கும் எந்தச் சம்பந்தமுமில்லை என்பது நான்காம் வகுப்பு மாணவிக்கும் தெள்ளத் தெளிவாய்ப் புரியும்.

மூடநம்பிக்கைகளையும் கட்டுக் கதைகளையும் சட்டென்று நம்பிவிடும் பாமர சிங்களச் சமூகத்தின் தலையைக் கழுவி, பம்மாத்துக் காட்டி பொய்களை நிரப்ப முயற்சி செய்து பார்க்கிறார்கள். ஆனால் நம்புவதற்கு எந்த ஜீவனும் தயாரில்லை. ஏழாயிரம் ரூபாவிற்கு இருந்த உரமூட்டை ஒன்று, இரண்டு இலட்சம் ரூபா வரை விலை எகிறக் காரணமான கடவுள்கள் யார் என்று எல்லோரையும் விட விவசாயிகளுக்கு நன்கு தெரியும். வெகுமக்கள் என்ன பாடுபடுகிறார்கள், வாழ்வியல் நெருக்கடி

அவர்களை எப்படியெல்லாம் தூக்கிப் பந்தாடிக் கொண்டிருக்கிறது என்பதற்கு மிகச் சிறந்த உதாரணம் தான் சமூகத்தில் பாலியல் தொழிலாளர்களின் திடீர் அதிகரிப்பு.

2020-ம் ஆண்டில் ஒரு பரபரப்பான நீதிமன்ற தினம். கொழும்பு மாவட்ட நீதிபதி ரங்க திஸாநாயக்க தீர்ப்பைப் படிக்கத் தொடங்கினார். வழக்கம் போல அபராதம் அளித்துத் தீர்ப்பளிப்பார் என்றுதான் பாலியல் வழக்கில் சிக்கிய அந்தப் பெண்கள் உட்பட ஒட்டுமொத்த நீதிமன்றமும் எதிர்பார்த்தது. இப்படி எண்ணற்ற வழக்குகளைப் பார்த்த போலீஸ் தரப்பிலும் எந்தவித சுவாரஸ்யமும் இல்லை. அவர்களுக்கு இன்னும் நிறைய சோலிகள் இருந்தன. அவர்களைப் பொறுத்தவரை இது பத்தோடு பதினோராவது வழக்கு.

'வயிற்றுப் பசிக்காக விபசாரம் செய்வதில் எந்தத் தப்புமில்லை. அதுவே பலரைச் சேர்த்துக் கொண்டு பெரும் பிஸினஸாய் யாராவது செய்தால் தான் இமாலயத் தப்பு. ஆகவே பிழைக்க வழியின்றி இந்தத் தொழிலைச் செய்த இவர்களை விடுதலை செய்து தீர்ப்பளிக்கிறேன்.' என்று தீர்ப்பை வழங்கிவிட்டு நீதிபதி அவர் பாட்டுக்கு எழுந்து போய் விட்டார்.

விபசாரம் தண்டனைக்குரிய குற்றமாய்க் கருதப்பட்டு இத்தனை ஆண்டுகளாய் தண்டனை வழங்கப்பட்டுக் கொண்டு இருந்த தேசத்தில் இந்தத் தீர்ப்பானது பெரும் சலசலப்பைத் தோற்றுவித்தது. என்ன செய்வது என்று தெரியாமல் போலீஸ் திடுக்கிட்டு நின்றது.

கோட்டாபய அரசு பதவியேற்ற புதிது அது. பவுத்த கலாசாரத்தின் மாண்பைக் காக்க வேண்டிய அவசரம்

பலருக்கு இருந்தது. *'கலாசாரமா, பசியா.? எது முக்கியம்.?'* என்று சமூக வலைத்தளங்களில் ஒட்டியும் வெட்டியும் விவாதம் ஓடியது. விவாதம் செய்த இருதரப்பினரும் போதிய அளவு சாப்பிட்டுவிட்டு ஒரு சொகுசான வலயத்திற்குள் இருந்து கொண்டு நாள் முழுக்கக் கத்தினர். இந்நிலையில் நிலத்திற்குக் கீழாகத் தண்ணீர் வழியாகக் கொரோனா வைரஸ் பரவுகிறது என்று அடுத்த ஆராய்ச்சி முடிவை யாரோ அவிழ்த்துவிட, அனைவரும் அந்த தாழ் அமுக்க வலயத்தை நோக்கி ஓடினர். அத்தோடு கவனயீர்ப்பு பெற்ற அந்த வழக்குத் தீர்ப்புச் சம்பவம் கவனிப்பாரற்றுப் போனது.

2020-ல் மேற்படித் தீர்ப்பு வந்த போது நான்காயிரத்து நானூறு டாலர்களுக்கு மேல் தலா வருமானமுடைய உயர் மத்திய பொருளாதார நாடாக இலங்கை இருந்தது. சிரியாவையும், சோமாலியாவையும், லிபியாவையும் நினைத்துத்தான் நேரம் கிடைக்கும் போது அனைவரும் கவலைப்பட்டார்கள். யுத்தத்தை வென்ற ராஜபக்சே சகோதரர்கள் எல்லோரும் ஒன்று சேர்ந்து தேசத்தைக் கொழிக்க வைப்பார்கள் என்று தான் திரும்பிய இடமெங்கும் சிங்கள மக்கள் பேசிக் கொண்டார்கள். ராஜபக்சே என்ற மதத்தில் ஆழ்ந்த விசுவாசம் கொண்ட பக்த கோடிகளாய்தான் மொத்தப் பேரும் இருந்தார்கள்.

ராஜபக்சே வழிபாடு வழக்கொழிந்து போய் கடந்த இரண்டு வருடங்களில் எல்லாமே தலைகீழாக மாறிவிட்டது. இன்று ஆயிரத்து நாற்பத்து ஆறு டாலர்களை விடக் குறைந்த தலா வருமானமுடைய எளிய பரதேசித் தேசமாக இலங்கை தன்னைத் தானே அறிவித்துக் கொண்டு இருக்கிறது. அன்று கலாசார அதிர்ச்சியாய் பார்க்கப்பட்ட விபசாரம்

இன்று மலிந்து கிடக்கிறது. கடந்த ஆறு மாதங்களில் வறுமை காரணமாய் இத்தொழிலில் ஈடுபடுவோரின் எண்ணிக்கை பெருமளவில் அதிகரித்துவிட்டது.

"படுமோசமான பொருளாதார நெருக்கடியானது வேறு வழியின்றி உடம்பை மூலதனமாக்க வேண்டிய நிர்ப்பந்தத்திற்குப் பல பெண்களைத் தள்ளியிருக்கிறது. கற்பனை கூடப் பண்ணிப் பார்க்க முடியாத குடும்பங்களிலிருந்தெல்லாம் பலர் வீதிக்கு வரத் தொடங்கியிருக்கின்றனர். இணையத்தளங்களில் இதுபற்றிச் சராசரியாக மணித்தியாலத்திற்கு இருபது புது விளம்பரங்கள் முளைக்கின்றன" என்று டெய்லிமிரர் பத்திரிகை மேற்கொண்ட சர்வேயில் அண்மையில் தெரிவித்து இருந்தது. இதேவேளை இப்படி அனுபவமற்றவர்கள் ஒரேயடியாக வாழ்வாதாரக் காரணங்களுக்காக இத்தொழிலில் இறங்கி இருப்பதால் சமூகத்தில் பால்வினை நோய்கள் பரவும் அபாயம் ஏற்பட்டு இருப்பதாக மருத்துவச் சங்கங்கள் எச்சரிக்கின்றன.

அது ஒரு பெரு அங்காடி. ஐந்து வயதுக் குழந்தை ஒன்று ஆப்பிள் பழங்கள் இரண்டையும், மாதுளம் பழங்கள் இரண்டையும் அள்ளிக் கொண்டு தன் தந்தையைப் பார்க்கிறது. அரிசியும், பருப்பும், உயிர் உடம்பில் தங்கி நிற்க ஆதாரமான இன்னபிற அத்தியாவசியங்களையும் வாங்கிக் கொண்டு பில்லிங் கவுண்டரில் இருந்த தந்தையின் நெற்றியில் திடீர்ச் சுருக்கங்கள் ஏற்பட்டு முகமெங்கும் கலவர ரேகைகள் உற்பத்தியாகின்றன. சட்டென ஓடிச் சென்று குழந்தையை இழுத்துக் கொண்டு வந்து தன் பக்கம் வைத்துக் கொள்கிறார். காரணம் வேறு ஒன்றுமில்லை... ஆப்பிள் பழம் ஒன்று நானூறு ரூபாய். மாதுளம் பழம் ஒன்று ஒன்பது நூறு ரூபாய்.

அந்தத் தந்தைக்கு ஒரு பழத்தை வாங்கித் தன் பிள்ளைகளுக்குப் பழப்பாகு செய்து கொடுப்பது என்பது ஒரு சொகுசான கனவாகிவிட்டது.

நான்கு பேர் கொண்ட குடும்பம் ஒன்று நூறு கிலோமீட்டர் தூரப் பயணம் ஒன்றை வியர்த்து வடியாமல் ஏஸி பஸ் ஒன்றில் போய் கொஞ்சம் மனுஷ ரூபத்தில் வீடு வந்துசேர போக்குவரத்துக் கட்டணமாக மட்டும் பத்தாயிரம் ரூபாய்க்கு அழ வேண்டியிருக்கிறது. தனியார் பள்ளிகளின் கல்விக் கட்டணங்கள், மருத்துவக் கட்டணங்கள் எல்லாம் கண்டபடி ஏறிக் கொண்டே செல்கின்றன. பெரும் கொண்டாட்டமாய் இருந்த திருமண நிகழ்வுகள் எல்லாம் வெறும் சொந்தங்களுக்குள் மட்டும் சுருங்கி விட்டன. பரிசுகள், தின்பண்டங்கள் என்று பெரும் செலவு பிடிக்கிற காரியமாய் சுபநிகழ்வுகள் அத்தனையும் மாறிவிட்டதால் அப்படியான வைபவங்களுக்குத் தம்மை யாரும் அழைக்காமல் விட்டால்தான் பெரும்பாலோனோர் இப்போது மகிழ்ச்சி அடைகின்றனர்.

இலங்கையில் எண்பது சதவீதமான குடும்பங்கள் முறையான போஷனையின்றி அவதியுறுவதாகவும் இதில் பதினொரு சதவீதமானோர் இறைச்சி, மீன், முட்டை வகைகளை வாங்கும் கொள்வனவு சக்தியை இழந்து தவிப்பதாகவும் சர்வதேசச் செஞ்சிலுவைச் சங்கம் தன் கடந்த வார அறிக்கையில் தெரிவித்திருக்கிறது. இதில் தினக்கூலிக்குத் தேயிலைக் கொழுந்து பறிப்பதையே ஜீவனோபாயமாய்க் கொண்டிருக்கும் மலையகத் தமிழர்களின் நிலைதான் எல்லோரையும்விடப் பரிதாபம். தொண்ணூறு சதவீதமானோர் பரம தரித்திரிய நிலைக்குத் தள்ளப்பட்டு இருக்கின்றனர்.

2019-ம் ஆண்டில் ஒரு பொதுமகனின் வருமானத்தில் முப்பத்திரண்டு சதவீதம் மட்டுமே உணவுக்காக ஒதுக்கப்பட்டது. இப்போது அது எழுபத்தைந்து சதவீதமாகி டாப் கியரில் சென்று கொண்டிருக்கிறது. இரண்டு கோடி முப்பது லட்சம் மொத்த ஜனத்தொகையில் அறுபது லட்சம் பேர் தினமும் ஒருவேளை உணவைத் துறப்பதாக இன்னொரு அறிக்கை சொல்கிறது. யாரும் உடலைக் குறைக்க எந்த டயட்டும் செய்யத் தேவையில்லை. பஞ்சமே டயட்.

கோட்டாபய ராஜபக்சே வரி வருமானத்தைக் குறைத்ததுதான் இந்த பொருளாதார சுனாமிக்கான முதல் பூகம்பம். இதனால் சாமானியர்களுக்கு எந்த நலவும் ஏற்படவில்லை. பிஸ்னஸ் பேர்வழிகள் என்ற பேரில் அவரைச் சுற்றியிருந்த துஷ்டர்களும் எத்தர்களுமே பிறவிப் பலனை அடைந்து கொண்டார்கள். சாமானியர்களின் பொதுவாழ்வில் ஒரு பைசா பிரயோசனமிருக்கவில்லை. இதனால் அறுநூறு முதல் எண்ணூறு பில்லியன் ரூபாய் வருமான இழப்பு ஏற்பட்டு அரசின் ஆதாயம் பாதியானது. வழக்கமாய் வரவு செலவுத் திட்டத்தில் பற்றாக்குறை நான்கு முதல் ஆறு சதவீதமாய் இருக்கும் தேசத்தில் பன்னிரண்டு வீதமாய் உயர்ந்தது. சுற்றுலாத் துறையை கொரோனாக் கிருமி மொத்தமாய்ச் சாப்பிட்டு இருக்க, லாக்டவுனும் வந்து வாத்தியம் பாட, ஏற்றுமதி வருமானம் கண்ணுக்குத் தெரியாமல் போனது. நிலைமையின் விபரீதத்தை உணர்ந்து சர்வதேச நாணய நிதியம் 'பீ கேர்புல்' என்று இலங்கையை அப்போதே எச்சரித்து இருந்தது. 'உன் எச்சரிக்கை யாருக்குத் தேவை' என்று ராஜபக்சே வம்சம் நிதியத்தைத் துட்டுக்கும் கணக்கில் எடுக்கவில்லை. நிதியமைச்சர் பசில் ராஜபக்சே

பணத்தை அச்சடிப்பதை ஒரு உற்சவம் போலச் செய்து கொண்டிருந்தார். கடந்த மூன்று ஆண்டுகளில் மட்டும் அச்சடிக்கப்பட்ட பணத் தொகை கிட்டத்தட்ட மூவாயிரம் பில்லியன் ரூபாய்கள்.

சகட்டுமேனிக்குப் பணத்தை அச்சடித்து பணவீக்கத்தை மேலும் அதிகரிக்கச் செய்யும் பிரிண்டரை களனி கங்கையில் எறிந்துவிட்டு வரி வருமானத்தைப் பழையபடி உயர்த்துமாறு சர்வதேச நாணய நிதியம் தினமும் கதறியதால் ரணில் அரசு, ஒரு லட்சம் ரூபாய் மாத வருமானத்திற்கு மேல் பெறும் அனைவருக்கும் ஆறு முதல் முப்பாத்தாறு சதவீதத்தால் எந்தவித இரக்கமுன்றி இம்மாதத் தொடக்கத்தில் வரி விதித்தது. செப்டம்பர் மாதத்தில் எழுபது சதவீதமாகப் பணவீக்கம் பதிவான நாட்டில் ஒரு லட்சம் ரூபாய் என்பது கடந்த வருடத்துடன் ஒப்பிடும் போது வெறும் முப்பதாயிரம் மட்டுமே. அதுவும் உணவுப் பணவீக்கம் தொண்ணூற்று நான்கு சதவீதம் என்கிறது மத்திய வங்கி அறிக்கை. ஒட்டுமொத்த மத்தியத்தர வர்க்கமும் காணாமல் போய் பிச்சைக்கார லட்சாதிபதிகள் மட்டும் எஞ்சியிருக்கிறார்கள்.

தான் மூன்றரை லட்சம் மாதச் சம்பளம் பெறுவதாகவும், அதில் வீட்டு வாடகைக்கு எழுபத்தையாயிரம் ரூபாயும், வாகன லீசிங்கிற்கு ஐம்பதாயிரமும் போக மீதிப் பணத்தில் மனைவி மற்றும் இரண்டு பிள்ளைகளுடன் கரண்ட் இன்றி பெட்ரோல் இன்றி அதியற்புதமான தேசத்தில் நீச்சல் அடித்துக்கொண்டிருப்பதாகவும், மூன்றரை லட்சம் என்பது இக்காலத்தில் வெறும் காகிதக் குப்பை என்றும் காலி முகத்திடலுக்கு கோட்டாபயவை விரட்ட வந்த மென்பொருள் பொறியியலாளர் ஒருவர்

மூன்று மாதங்களுக்கு முன்பு ஏதோ ஒரு மீடியாவுக்குப் பேட்டியளித்துக் கொண்டிருந்தார். இப்போது அவர் எங்கே இருக்கிறார் என்று தெரியவில்லை. புதிய வரிக் கொள்கையின்படி அவர் சம்பளத்திற்கு ஐம்பத்திரண்டாயிரம் ரூபாய் வரி செலுத்த வேண்டும். உயிருடன் உலையில் போட்டமாதிரி இருக்கும்.

கடந்த பத்தொன்பதாம் தேதி திடீரென்று மக்களுக்கு விசேட உரையொன்றை ஆற்றிய ஜனாதிபதி ரணில், திறைசேறி மொத்தமாய்க் காலியானதால்தான் வேறு வழியின்றி இப்படி வரி அதிகரிக்கும் தீர்மானத்திற்கு வந்ததாகப் பெரும் விரிவுரை ஒன்றை ஆற்றினார். சர்வதேச நாணய நிதியத்தின் 2.9 பில்லியன் டாலர் கடனுதவியைப் பெறுவது ஒன்றுதான் இப்போதைக்கு ஒரே வழி. ஆகவே அவர்கள் சொற்படி கேட்டு உள்நாட்டில் வரி மறுசீரமைப்புக்களை மேற்கொள்ள வேண்டுமென்றார்.

இயற்கை விவசாய நாடாக ஓவர்நைட்டில் பிரகடனம் செய்து இரசாயனப் பசளைகளைத் தடை செய்து வேளாண்மையை நாசம் செய்தவர்கள், பணத்தை அச்சடித்தால் பணவீக்கம் ஏற்படாது என்ற முன்னாள் மத்திய வங்கி ஆளுநர், டாலரை அதன் பாட்டுக்கு மிதக்க விடாமல் 203 என்ற ரேட்டில் பேணப் போய் 5.5 பில்லியன் டாலர்களை இழக்கக் காரணமானவர்கள் என்று இச்சர்வநாசத்தின் பிதாமகர்கள் பற்றி அவர் வாயே திறக்கவில்லை. மாறாக மக்கள் அனைவரும் தியாகம் செய்யப் பழகிக் கொள்ள வேண்டுமென்றார்.

இது இப்படி இருக்க மகிந்த ராஜபக்சேவின் சகோதரி நிரூபமா ராஜபக்சேவின் சொத்துமதிப்பு மட்டும் பத்தொன்பது பில்லியன் டாலர்கள் என்று சர்ச்சைக்குரிய பாண்ட்ரா பேப்பரில் கடந்த வருடம்

செய்தி வெளியான போது வெட்கக்கேட்டை மறைக்க வேறு வழியில்லாமல் கோட்டாபய ராஜபக்சே விசாரணைக்கு உத்தரவிட்டார். அந்த விசாரணைக்கு இதுவரை என்ன நடந்தது என்று தெரியவில்லை. இந்தப் பணத்தை நாட்டிற்கு எப்பாடுபட்டேனும் கொண்டு வர வேண்டுமென்று காலிமுகத்திடல் அந்நாளில் கோஷங்களால் அதிர்ந்தது. ரணில் இந்த ஜென்மத்தில் அந்த விசாரணைகள் பற்றி அக்கறை கொள்ளப் போவதுமில்லை. நடவடிக்கை எடுக்கப் போவதுமில்லை. பிரபு வகுப்பின் இன்னொரு காத்தல் கடவுள் அவர்.

சுதந்திரம் கிடைத்தது முதல் இதுவரை ஐம்பத்து இரண்டு பில்லியன் டாலர்கள் வெளிநாட்டுக் கடன்களையும் பதினைந்தாயிரம் கோடி ரூபாய் உள்நாட்டுக் கடன்களையும் பெற்று எதுவும் உருப்படியில்லாமல் பாழடைந்த மயானம் போன்றிருக்கும் தேசத்தில் வெறும் 2.9 பில்லியன் டாலர்களை நாணய நிதியத்திடம், அதுவும் நான்கு தவணைகளில் பெற்றுக் கொண்டு அப்படி என்ன புதினத்தை ரணில் காட்டப் போகிறார் என்று தெரியவில்லை.

உலகத்தில் எந்த நாட்டிலும் இல்லாத அளவுக்கு பென்னம் பெரிய அரச ஊழியர்கள் பட்டாளம் ஒன்று இந்நாட்டில் இருக்கிறது. பதினாறு லட்சம் அரச ஊழியர்கள் இருக்கிறார்கள். அதாவது சனத்தொகையில் பதினைந்து பேருக்கு ஒரு அரச ஊழியர் இருக்கிறார். அரசியல்வாதிகள் தமக்குச் சேவகம் புரியும் நபர்களின் குடும்ப உறுப்பினர்களைக் கொண்டு போய் திணைக்களங்களிலும் கூட்டுத்தாபனங்களிலும் நிறைக்கப் போக இப்படி ஒரு பேரவலம் ஏற்பட்டிருக்கிறது. இவ்வாறான தகுதியற்ற

அரசியல் நியமனங்கள் மூலம் ஏற்பட்டிருக்கும் பல்லாயிரம் பில்லியன் நட்டத்தையும் திருவாளர் பொதுஜனமே தன் உடைந்து போன முதுகெலும்பின் மேல் ஏற்றிச் சுமக்க வேண்டியிருக்கிறது.

இந்நிலையில் ஜனாதிபதி ரணிலின் புதிய பொருளாதாரக் கொள்கைகளானது எந்த வழியிலாவது கஜானாவை நிரப்புவதிலேயே குறியாய் இருக்கிறது. ஆனால் மக்களின் திண்டாட்டம் பற்றி ரணிலுக்கோ, நிதியமைச்சுக்கோ, மத்திய வங்கிக்கோ எந்த அக்கறையுமில்லை. சைனா மாதிரி கந்துவட்டிக் கந்தசாமியிடம் சரணடையாமல் நிதியத்தை நாடுவது ஒன்றுதான் விடிவுக்கு ஒரே வழி என்றாலும் இப்பேர்பட்ட அவலநிலையில் மேலும் மேலும் வரிகளை விதித்து யாரை வாழ வைக்கப் போகிறார்கள் என்று தெரியவில்லை. ஏற்கனவே கம்பெனிகளுக்கு அவர்களின் லாபத்தில் முப்பத்தாறு சதவீதம் என்ற வரி வேறு விதிக்கப்பட்டு இருப்பதால் பெரும்பாலான வர்த்தக நிறுவனங்களும் தொழிற்சாலைகளும் மூடுவிழாக் கொண்டாடி வருகின்றன. லட்சக்கணக்கானோர் தொழில்களை இழந்து இருக்கின்றனர்.

நிதியைத் திரட்டும் இப்பெரும் போராட்டத்தின் முடிவு மாபெரும் சமூக அவலமாய் முடியும் போலவே தெரிகிறது. ஜனநாயகச் சுதந்திரமும் பொருளாதார உறுதிப்பாடும் ஏழ்மைக் கலைப்பும் ஒன்றாய்க் கைகோர்த்தால் மட்டுமே இதிலிருந்து மீளமுடியும். ஆனால் எந்தவிதக் கருணையுணர்வுமின்றி அரக்கத்தனமான வரிகளை விதித்துக் காலனித்துவ யுகம் போல இந்நிலைமை தொடர்ந்தால் இன்னொரு புரட்சி வெடிக்கும் என்பதில் எந்த சந்தேகமுமில்லை. கடந்த எழுபத்து நான்கு வருடங்களாய் ஆட்சி

மாற்றங்களைத் தேர்தல்களே தீர்மானித்தன. ஆனால் கடந்த மே ஒன்பதாம் தேதி வீதியில் இறங்கிய மக்கள் வெள்ளம் பிரதமர் மகிந்த ராஜபக்சேவை விரட்டியடித்தது. ஜுலை ஒன்பதாம் தேதி கோட்டாபாயவுக்கு பங்கர் வழியாகத் தப்பியோடும் நிலை நேரிட்டது.

அன்று இப்புரட்சிகளின் அடிநாதமாய் இருந்தவர்கள் மத்தியதரமற்றும்உயர்மத்தியதரவர்க்கஇளைஞர்கள். தங்களது சுமூகமான அன்றாட வாழ்வு வரிசைகளால் ஆக்கிரமிக்கப்பட்டு மனித மணித்தியாலங்கள் வீதி வழியே வீணாகிப் போனது ஒன்றே இப்புரட்சிகளின் அடிப்படைக் காரணமாய் அமைந்தன. ஆனால் அடுத்த வேளைச் சோற்றுக்கு வழியின்றி மக்கள் வீதிக்கு இறங்கினால் அந்த நிலமையை விவரிக்கவே பயங்கரமாய் இருக்கும். மக்களின் பலம் என்பது அரசியல் யாப்பின் சட்டக்கோவைகளை விட வலுவானது என்பதே சரித்திரம் நமக்கு இதுவரை கற்றுத் தந்த பாடம்.

யாப்புக்கு வைப்போமடா ஆப்பு!

எங்கோ அநாதரவாய்க் கிடந்த அரச வர்த்தமானியொன்றில் இலங்கை வான்படையின் ஏதோ ஒரு தரத்திற்கு ஆட்சேர்ப்பு பற்றிய விளம்பரம் இருந்தது. யாரும் சட்டென்று புரிந்து கொள்ளக்கூடாது என்கிற உன்னத நோக்கத்துடன் விசேடமான தமிழில் நிபந்தனைகள் அச்சேறியிருந்தன. விண்ணப்பதாரி கண்டிப்பாய் இலங்கைப் பிரஜையாய் இருக்க வேண்டும் என்று அதிலோர் நிபந்தனை இருந்தது.

அதாகப்பட்டது, இரட்டைப் பிரஜாவுரிமையுடைய வரால் விண்ணப்பிக்க முடியாது. குறித்த வர்த்தமானி அச்சேறியிருந்த ஆண்டு இரண்டாயிரத்துப் பதினான்கு என்று இருந்தது. அக்காலப் பகுதியில் மகிந்த ராஜபக்சே ஜனாதிபதியாய் இருந்தார். அவரது தம்பி கோட்டாபய ராஜபக்சே அவருக்கு அடுத்த அதிகார ஸ்தானத்தில் பாதுகாப்புச் செயலாளராய் இருந்தார். இன்னொரு தம்பி பசில் ராஜபக்சே பொருளாதார அபிவிருத்தி அமைச்சராய் இருந்தார். வான்படை விண்ணப்பதாரி நற்குணமுள்ள

இலங்கைப் பிரஜையாக இருக்க வேண்டும் என்ற நிபந்தனையை அச்சகத் திணைக்களம் டைப் செய்து கொண்டிருக்கும் போது கோட்டாபயவினதும் பசிலினதுமான அமெரிக்கப் பாஸ்போர்ட்கள் பீரோக்குவுள் பத்திரமாய் இருந்தன. இதையெல்லாம் கேள்வி கேட்க அந்நாளில் ஒரு நாதியிருக்கவில்லை.

கனடாவிலும் அமெரிக்காவிலும் ஒருவர் ஒரே நேரத்தில் குடியுரிமையைப் பெற்றிருப்பது ஒன்றும் பெரிய விவகாரமில்லை. ஆனால் இலங்கை போன்ற ஒரு நாட்டின் ஊழல் பெருச்சாளி அரசியல்வாதிகள் முதலாம் உலக நாடொன்றின் குடியுரிமையுடன் இரட்டைக் குடியுரிமையைப் பெற்றிருப்பது என்பது படு அபத்தமான விடயம். தேசநலன் சம்பந்தப்பட்ட ஏதாவது ஒரு அமளிதுமளியில் அவர்கள் நிச்சயம் எஜமான தேசங்களின் பக்கமே சாய்ந்து கொள்வார்கள். அமெரிக்கப் பிரஜையாக ஒருவர் குடியுரிமையைப் பெறும்போது 'தேசத்திற்காகப் போர் புரியவும் தயாராய் இருக்கிறேன் ' என்றெல்லாம் உறுதிமொழி எடுத்துக் கொள்வார். அப்படி உறுதிமொழி எடுத்துக் கொண்ட நபர்கள் எப்படி இலங்கையில் முக்கிய பதவிகளில் இருந்து கொண்டு ஆட்டுவித்தார்கள் என்ற கேள்வி எழுவது நியாயமில்லையா..? பதில் மிகவே இலகு. பொதுவாய்ச் சிங்கள மக்களுக்கு புராதன மன்னர் கதைகளும் வரலாறுகளும் என்றைக்கும் பிடிக்கும். புலிகளைத் தோற்கடித்த பிறகு மாமன்னராக மகிந்த ராஜபக்சே அவர்களின் மனங்களில் பதிந்து கொண்டார். ஆகவே மூளையைக் கழற்றிப் பத்திரமாய் சமையலறையில் வைத்துவிட்டு உணர்வு அரசியலில் திளைத்துப் போனார்கள்.

அரசன் எவ்வழியோ குடிகள் அவ்வழி என்று இலங்கையைப் புறங்கையால் ஒதுக்கி விடுவோம்.

ஆனால் மகிந்த ராஜபக்சே அரசு யுத்தக் குற்றங்களில் ஈடுபட்டதாய் அமெரிக்கா குற்றம் சாட்டியது. ஜெனீவா மனித உரிமை அமர்வுகளில் இலங்கைக்கு எதிராக ஏகப்பட்ட பிரேரணைகளைக் கொண்டு வந்தது. இதில் வேடிக்கை என்னவென்றால் மகிந்த ராஜபக்சேவும் அவரது மூத்த சகோதரர் சமல் ராஜபக்சேவும் தவிர மற்ற ராஜபக்சாக்கள் அவர்களது மனைவிகள், குழந்தை குட்டிகளுக்கு எல்லாம் அமெரிக்கப் பிரஜாவுரிமை இருக்கிறது. கோட்டாபய ராஜபக்சே 2019ம் ஆண்டு ஜனாதிபதித் தேர்தலில் போட்டியிட வேண்டுமென்ற ஒரே காரணத்திற்காக மிகுந்த புலம்பலுடன் அமெரிக்கக் குடியுரிமையை நீக்கிக் கொண்டார். ஆனால் பொண்டாட்டி, பிள்ளைகள் பேரன்கள் எல்லாம் ஹாலிவூட் தேசத்தின் குடிமக்கள். உலகத்திற்கு ஈசாப் நீதிபோதனைகளைக் கூறிக் கொண்டிருக்கும் அமெரிக்காவிற்குத் தன் பிரஜைகள் இலங்கையில் மேற்கொண்ட இனப் படுகொலைகளுக்கு நீதி வழங்க அந்நாளில் முடியவில்லை. அமெரிக்கா அதன் முழுநேரத் தொழிலாக உலகத்திடம் ஜனநாயகத்தைப் பேணுமாறு சொல்கிறது. ராஜபக்சாக்களைப் பலமாய் கிள்ளிக் கொண்டு தொட்டிலையும் ஆட்டிக் கொண்டிருப்பதுதான் அதன் உபதொழில்.

இந்த இரட்டைப் பிரஜாவுரிமை விவகாரம் இப்போது ராஜபக்சே குடும்பத்திற்குள்ளேயே பெரும் அமளியை ஏற்படுத்தியிருப்பதாக ஊடகங்கள் செய்தி வெளியிட்டு வருகின்றன. இதற்கெல்லாம் முத்தாய்ப்பாய் அமைந்தது இருபத்தோராவது அரசியல் அமைப்புத் திருத்தம்.

இரட்டைக் குடியுரிமை கொண்டோர் பாராளுமன்றப் பிரவேசம் செய்வதைத் தடுத்தல் மற்றும்

ஜனாதிபதியின் அதிகாரங்களைக் குறைத்தல், சுயாதீன ஆணைக்குழுக்களைப் பலம்பெறச் செய்தல் போன்ற நல்லம்சங்கள் பொருந்திய இருபத்தோராவது திருத்தச் சட்டமூலம் தொடர்பான விவாதம் நடக்கும் போது ராஜபக்சாக்கள் தமக்குள்ளே மோதிக் கொண்டனர். சமல் ராஜபக்சே இரட்டைப் பிரஜாவுரிமை கொண்டோர் பாராளுமன்றப் பக்கமே வரக்கூடாது என்று சொல்லத் தொடங்கினார். அவருக்குப் பக்கவாத்தியமாக அவரது புதல்வரும் சேர்ந்து கொண்டார்.

மகிந்த ராஜபக்சேவும் அவர் தம்பி பசில் ராஜபக்சேவும் எவ்வளவுதான் மக்களால் தோற்கடிக்கப்பட்ட போதிலும் இன்னமும் தமது பிடியைத் தளர்த்தத் தயாராய் இருக்கவில்லை. சட்டமூலம் நிறைவேற்றப்பட்டால் 'தமிழர்களுக்குப் பூரண சுயநிர்ணய ராஜ்ஜியம் கிடைக்கும் ' என்றெல்லாம் சில பென்ஷன் போன சிங்கள தேசியவாதிகளைக் கொண்டுவந்து ஊடகங்கள் வாயிலாகப் பிரசாரம் செய்தனர். ஆனால் எதுவுமே எடுபடவில்லை. பஞ்சம் பிழைக்க வழியின்றி இருக்கும் சனத்திற்கு இதெல்லாம் என்னவென்று புரியவுமில்லை. ஆற அமர உட்கார்ந்து கேட்கப் பொறுமையுமிருக்கவில்லை.

மக்களின் அபிப்பிராயம் எப்படிப் போனால் எமக்கென்ன..? எமக்கு இன்னமும் பாராளுமன்றத்தில் பெரும்பான்மையிருக்கிறது. நாம்தான் உம்மை ஜனாதிபதியாகத் தேர்வு செய்தோம். தயவுசெய்து இந்தத் திருத்தச் சட்டமூலத்தை சுருட்டித் தூர எறி என்று நேரடியாகச் சொல்லாமல் விதவிதமான எடுபிடிகளைக் களத்தில் இறக்கி ஜனாதிபதி ரணிலையும் மிரட்டிப் பார்த்தனர்.

பசில் ராஜபக்சேவும் மகிந்த ராஜபக்சேவும் அவர்தம் கூலிப்படைகளும் இப்படி முட்டுக்கட்டையாக இருக்க, சமல் ராஜபக்சேவும் புதல்வரும் எதிர்த்துத் தீப்பந்தம் ஏந்தி நின்றனர். இதனால் பெரும் அல்லோலகல்லோலமானது. ஜமீன்கள் மோதிக் கொண்டதால் அடிமைச் சேவகர்கள் கலங்கி நின்றனர்.

ரணிலுக்கு உழைத்துக் கஷ்டப்பட்டு பெருவெற்றியெல்லாம் பெறத் தெரியாது. அல்லது அவருக்கு அதெல்லாம் வராது. ஆனால் குழம்பிய குட்டையில் திமிங்கிலமே பிடிப்பார். அது *2001* ஆக இருக்கட்டும். *2015* ஆக இருக்கட்டும். வரலாறு ஒன்றுதான் அநாதை இல்லை.

ரணிலுக்கு ராஜபக்சேக்களின் இன்றைய மார்க்கெட் நிலவரம் நன்கு தெரியும். ராஜபக்சேக்களின் தயவில் ஆட்சிக்கு வந்தவர்தான். ராஜபக்சேக்களின் பாராளுமன்ற உறுப்பினர்களின் தயவில் ஆட்சியை நகர்த்துபவர்தான்.ஆனால் இந்த ஆட்டத்தை ஆடிப் பார்ப்பது என்று அவர் முடிவெடுக்க வழக்கமான பிரித்தாளும் சதியைவிட காரணங்கள் பல பதினெட்டு இருந்தன.

1. கோல் ஃபேஸ் போராட்டக்காரர்கள் முற்றுமுழுதாய் அரசியல் சீர்திருத்தம் கோரியிருந்தார்கள். ஜனாதிபதியாக முன்னர் ஆரம்ப நாட்களில் கோல் ஃபேஸ் போராட்டக்காரர்களின் சாத்வீகமான போராட்டங்களை ரணிலும் ஆதரித்துக் கொண்டுதான் இருந்தார். கோட்டாபய போன்ற ஒரு பலவீனமான அரசியல்வாதியின் கையில் இத்தனை பெரும் பதவி சென்றதால்தான் தேசமே வங்குரோத்து நிலையடைந்தது. நாளை இன்னொரு சந்தானம் வந்து ஆட்சிபீடத்தில் அமர்ந்தால் அவ்வளவுதான். ஆகவே அதிகாரப் பகிர்வு என்பது இன்றிமையாதது.

2. இரண்டாயிரத்துப் பதினைந்தாம் ஆண்டு ஜனாதிபதி சிறிசேனா - பிரதமர் ரணில் ஆட்சியில் பத்தொன்பதாவது அரசியலமைப்புத் திருத்தம் நிறைவேற்றப்பட்டது. ஜனாதிபதியின் பெருவாரியான அதிகாரங்கள் பாராளுமன்றத்திற்குத் தாரை வார்க்கப்பட்டு ஒரு ஜனநாயக முகம் கண்டிருந்தது யாப்பு (சட்டம்). சுயாதீன பொலிஸ் ஆணைக் குழு, சுயாதீன லஞ்ச ஊழல் ஒழிப்பு ஆணைக் குழு எல்லாம் ஸ்தாபிக்கப்பட்டு அரச சேவை முற்றுமுழுதாய் அரசியல்வாதிகளின் தலையீடு இன்றி இயங்குவதற்கு வழி செய்யப்பட்டது. ஜனாதிபதியின் கட்டற்ற அதிகாரத்தின் கீழ் ஒரு பியோன் தரத்தில் இருந்த பிரதமர் பதவி இத்திருத்தத்தின் மூலம் பொலிவடைந்தது. எந்தவொரு அமைச்சையும் தடலாடியாய் ஜனாதிபதியால் சுவீகரிக்கும் அதிகாரம் ஒழிக்கப்பட்டது. பிரதமர் ரணிலைக் கலந்து ஆலோசிக்காமல் ஜனாதிபதி சிறிசேனாவால் ஒரு குண்டூசியைக்கூட குப்பையில் போட முடியவில்லை.

சில குறைபாடுகள் இருந்தாலும் எதிலும் வெளிப்படைத்தனமை நிலவியது. தகவல் அறியும் உரிமைச் சட்டத்தைக் கொண்டு வந்தார் ரணில். ஒரு கட்டத்தில் சிறிசேனாவுக்கும் ரணிலுக்கும் அதிகார மோதல் ஏற்பட, ரணிலைப் பதவி நீக்கம் செய்தார் சிறிசேனா. ஆனால் ஜனாதிபதிக்கு அப்படிப் பிரதமரைப் பதவி நீக்கும் அதிகாரம் அரசியல் யாப்பில் இல்லை என்று உச்ச நீதிமன்றம் தீர்ப்பளித்து இருந்தது. அன்றைய நாளில் ஜனாதிபதியின் அதிகாரத்துடன் மோதி சேதாரமான ரணிலுக்கு இன்றைக்கு வேறு வழியில்லை. யாப்புத் திருத்தத்தை எந்த வழியிலேனும் செய்யவே வேண்டும்.

3. இரண்டாயிரத்து இருபதாம் ஆண்டு பதவிக்கு வந்த கோட்டாபய ராஜபக்சே இருபதாவது அரசியலமைப்புத் திருத்தத்தைக் கொண்டுவந்து மேலும் தன் அதிகாரங்களைப் பெருக்கி, கொழுத்துக் கொண்டார். சுயாதீன ஆணைக்குழுக்கள் எல்லாம் புதைக்கப்பட்டன. எந்தவிதமான அரசியலனுபவமுமில்லாமல் பாராசூட்டில் இருந்து குதித்தவர் அவர். மூன்றில் இரண்டு பாராளுமன்றப் பலத்துடன் சகல அதிகாரமும் பொருந்திய சுல்தான் போல இருந்தார். சரித்திரத்தில் என்றுமில்லாதவாறு சிறுபான்மை தமிழ் மற்றும் இஸ்லாமியர்களின் வாக்குகளை மொத்தமாய்ப் புறக்கணித்து ஜனாதிபதியாகி இருந்தார். போதாக்குறைக்கு எந்த விகாரையைக் கண்டாலும் எட்டாய் மடிந்து வணங்கினார். சிறுகூட்டத்தில் பேசக் கிடைத்தாலும் தான் சிங்கள வாக்குகளால் தேர்வான ஜனாதிபதி என்றார். இத்தகைய நடவடிக்கைகளால் சிறுபான்மையினருக்கு எதிராகப் பாராளுமன்றத்தில் மேலும் பல சட்டங்கள் திருத்தியமைக்கப்படலாம் என்ற அச்சம் நிலவியது. ஆனால் விதி பொருளாதாரம் என்று பெயரில் வந்து அத்தனையையும் உருவிப் போட்டது. ஆகவே தனிநபர்ஆவர்த்தனங்கள்மூலம்எந்தவொருஇனமோ மதமோ தொல்லைக்குள்ளாவதைத் தடுக்க அதிகாரம் பரவலாக்கப்பட வேண்டும்.

4.ரணில், பாராளுமன்றத்தில் வெறும் தனிநபராய் இருந்து ஜனாதிபதியானவர். 2020ல் கோட்டாபய ராஜபக்சேவுக்கு பாராளுமன்றத் தேர்தலில் கிடைத்த அமோக வெற்றியின் இன்றைய இலட்சணம் என்னவென்று ரணிலுக்கு நன்கு தெரியும். இருநூற்று இருபத்தைந்து பாராளுமன்ற உறுப்பினர்களில்

நூற்றுப் பதின்மூன்று என்ற பெரும்பான்மை பலம் ஒட்டுமொத்த எதிர்க்கட்சிகளுக்குமில்லாததால் தான் பாராளுமன்றம் கலையாமல் இயங்கிக் கொண்டிருக்கிறது என்பதும் ரணிலுக்குப் புரியும். இந்தத் தேர் இப்படியே தொடர்ந்து அசையாது. நாளை எதுவும் நடக்கலாம். திடீர்த் தேர்தல் ஒன்றை வைக்க வேண்டி ஏற்பட்டால் மகிந்த ராஜபக்சேவுடன் கூட்டணி ஏற்படுத்திக் கொண்டு மக்கள் மத்தியில் போய் எதைச் சொல்வது..? சொந்தக் கட்சியை பாலிஷ் பண்ணி எடுக்க வேண்டும். இருபத்தோராவது திருத்தத்தின் மூலம் ராஜபக்சாக்களின் அரசியல் பலம் உடைந்து போவது அகிலத்திற்கே அருட்கொடைதானே.

வகை வகையான காரணங்கள், விதவிதமான ஊகங்கள். எதிர்கால இருப்பைத் தக்கவைத்துக் கொள்ளும் அரசியல் கணக்குகள்.

ராஜபக்சேக்களின் பிரதிநிதிகளுடன் ரணில் இப்படியே பேசிக் கொண்டிருந்ததால் எதிர்க்கட்சிகள் அரசியலமைப்புத் திருத்தத்தைப் புறக்கணிக்கும் நிலை உருவானது. தொடர் பேச்சுவார்த்தைகள் நடந்தன. பாராளுமன்றத்தில் அரசியலமைப்பு சபை ஒன்றை உருவாக்குவது சம்பந்தமாக எதிர்க்கட்சிகள் முன்வைத்த யோசனைக்கும் கடைசியில் ரணில் தலைசாய்த்தார். பிரதமர், சபாநாயகர், எதிர்க்கட்சித் தலைவர் ஆகியோர் நிரந்தர உறுப்பினர்களாக சபையில் இருப்பார்கள். மேலும் ஜனாதிபதி நியமிக்கும் பாராளுமன்ற உறுப்பினர் ஒருவர், பிரதமரைப் பிரதநிதித்துவப்படுத்தும் பாராளுமன்ற உறுப்பினர் ஒருவர், எதிர்க்கட்சித் தலைவரைப் பிரதிநிதித்துவப்படுத்தும் பாராளுமன்ற உறுப்பினர் ஒருவர், சிறிய கட்சிகளில் இருந்து ஒருவர், சிவில்

சமூகத்தைப் பிரதிநிதித்துவப்படுத்தி மூன்று பேர் என்று சபையில் அங்கம் பெறுவார்கள்.

நீதிபதிகள், சட்ட மா அதிபர், மத்திய வங்கியின் தலைவர், பொலிஸ் மா அதிபர் மற்றும் சுயாதீன ஆணைக் குழுக்களின் தலைவர்களின் நியமனங்களை இனிமேல் ஜனாதிபதியால் தன்னிஷ்டத்திற்கு நியமிக்க முடியாது. அரசியலமைப்புச் சபையின் அங்கீகாரத்தைப் பெற வேண்டும் என்ற அதிமுக்கியமான ஷரத்தும் இருபத்தோராவது அரசியலமைப்புத் திருத்தத்தில் இடம்பெற்றது.

அக்டோபர் மாதம் 21ம் தேதி இலங்கையின் அரசியல் யாப்பு இருபத்தோராவது தடவையாகத் திருத்தப்பட்டது. மகிந்த ராஜபக்சே உட்பட முப்பதுக்கும் மேற்பட்டோர் பாராளுமன்றத்திற்கு வருகை தரவில்லை. இதர உருப்படிகள் எல்லாம் திருத்தத்திற்குக் கை உயர்த்தின. ஜனதா விமுக்தி பெரமுனவும் ஆதரித்தது இன்னொரு விசேட அம்சம். கடைசியில் திருத்தம் நூற்றெழுபத்தொன்பது வாக்குகளால் நிறைவேறியது. 2020-ம் ஆண்டு தனிக்கட்சியாய் நூற்றைம்பதுக்கும் மேற்பட்ட ஆசனங்களைப் பெற்றிருந்த மகிந்த- கோட்டாபய- பசிலின் குடும்பக் கட்சி துண்டு துண்டாய்ச் சிதறிப் போயிருக்கிறது. குடும்பத்திற்குள்ளேயே எதிர்கால இளவரசர் தேர்வுக்கான போட்டிகள் இப்போதே தொடங்கிவிட்டன. 1986ம் ஆண்டு பிலிப்பைன்ஸில் இருந்து அதிபர் பெர்டினன்ட் மார்கஸ் துரத்தப்பட்ட பிறகு முப்பத்தாறு வருடங்களுக்குப் பின் அவர் புதல்வர் இன்று தலையெடுத்து இருப்பதைப் போல இன்னும் இருபது முப்பது ஆண்டுகளில் யாராவது குட்டி ராஜபக்சே ஜனாதிபதியாகலாம். ஆனால் இப்போதைக்கு இடமேயில்லை.

கடந்த இருநூற்று முப்பத்து மூன்று வருடங்களில் அமெரிக்க அரசியல் யாப்பு, வெறும் இருபத்தேழு தடவையே திருத்தப்பட்டு இருக்கும் போது இலங்கையின் அரசியல் யாப்போ கடந்த நாற்பத்து நான்கு ஆண்டுகளில் திருத்தங்கள் என்ற பெயரில் இருபத்தொரு தடவை பெரும் அவதிக்குள்ளாக்கப்பட்டுள்ளது என்பதைப் புரிந்துகொள்ள வேண்டும். ஜனாதிபதிப் பதவியை முற்றாய் ஒழித்து தேசத்திற்குப் பொருத்தமான ஒரு அரசியல் யாப்பை எழுதுமாறு முன் வைக்கப்படும் கோஷத்திற்கும் முப்பது வயதாகிறது. ஆனால் இந்த ஜென்மத்தில் அப்படி ஒன்று சாத்தியப்படுவதற்கான எந்த அறிகுறியும் தெரியவில்லை. சைக்கிள் டயருக்குப் பஞ்சர் போடுவது போல அரசியல் யாப்பு எண்ணிக்கையின்றி திருத்தப்பட்டுக் கொண்டே இருக்கிறது. உலகத்தில் எந்த அரசியல் யாப்பும் இப்படியொரு துயர காண்டத்தை அனுபவித்ததில்லை.

இலங்கையின் தற்காலத் தமிழர் அமைப்புகள்: இடமும் இருப்பும்

தமது குரலை பாராளுமன்றத்தில் ஒலிக்கச் செய்வதற்கும் ராஜதந்திர ரீதியில் சர்வதேசத்தை எதிர்கொள்ளவும் புலிகளுக்கு அரசியல் முகம் ஒன்று தேவைப்பட்டது. விளைவு 2001-ம் ஆண்டு அன்றைய முன்னாள் போராளி இயக்கங்களான ஈ.பீ .ஆர்.எல் எப், டெலோ, புளொட் அமைப்புகளுடன் பழம் பெரும் தமிழரசுக் கட்சியும் இணைந்து கொள்ள தமிழ் தேசியக் கூட்டமைப்பு உருவானது. அதே ஆண்டு டிசம்பர் மாதம் நடந்த பாராளுமன்றத் தேர்தலில் புலிகளின் ஏகமுகவர்களாக பாராளுமன்றத்திற்குள் பதினைந்து உறுப்பினர்கள் நுழைந்த நிகழ்வானது சிங்களத் தேசியவாதிகளுக்கு மிகுந்த எரிச்சலையும் பதட்டத்தையும் அப்போது ஏற்படுத்தின.

புலிகள் அமைப்பில் இருந்து 2004-ம் ஆண்டு கருணா வெளியேறிய போது கிழக்கு மாகாணத்தில் அரசியல் செய்வது என்பது தமிழ்த் தேசியக் கூட்டமைப்புக்குப் பெரும் சவாலாய் மாறியது. கிழக்கு என்பது

கருணாவின் நிஜ பூமி. கருணா குழுவைப் புலிகள் தேடித் தேடி வேட்டையாடிக் கொண்டிருந்த காலம். பிரித்தாளும் இந்த சதியின் மூளையாய் செயற்பட்ட அப்போதைய பிரதமர் ரணில் விக்ரமசிங்க, கருணாவைப் பத்திரமாய்க் கொழும்புக்கு வரவழைத்துக் கொண்டார். இந்நெருக்கடிமிகு தருணத்தில் நடந்த தேர்தலிலும் தமிழ் தேசியக் கூட்டமைப்பு இருபத்திரண்டு பாராளுமன்ற உறுப்பினர்களைப் பெற்றுக் கொண்டது.

2005-ம் ஆண்டு ஜனாதிபதித் தேர்தலை தமிழ் மக்கள் புறக்கணிக்க வேண்டுமென்று புலிகள் கட்டளையிட பல இலட்சம் வாக்காளர்கள் வீடுகளுக்குள் முடங்கினர். தமிழ்த் தேசியக் கூட்டமைப்பும் புலிகளை வழிமொழிந்து மௌன விரதம் அனுஷ்டித்தது. கடைசியில் மகிந்த ராஜபக்சே ஒரு இலட்சத்து எண்பதாயிரம் மேலதிக வாக்குகளால் வெல்ல யுத்தம் முடக்கிவிடப்பட்டது. முழுவீச்சில் யுத்தம் நடந்துகொண்டிருந்த காலப்பகுதியில் பாராளுமன்றத்தில் தமிழ்த் தேசியக் கூட்டமைப்பும் சொல்லொணா அவமதிப்புகளுக்கும் பழிச்சொற்களுக்குமுள்ளானது. அரசாங்கத்தின் நேரடி வசை ஒருபக்கம், அரச ஆதரவு பெற்ற தமிழ் ஒட்டுக்குழுக்களின் அச்சுறுத்தல் இன்னொரு பக்கம் என்று கதிகலங்கிப் போய் இருந்தது கூட்டமைப்பு. தமிழ்த் தேசியக் கூட்டமைப்பின் நட்சத்திரப் பேச்சாளராய் இருந்த பாராளுமன்ற உறுப்பினர் நடராஜா ரவிராஜ் கொல்லப்பட்டார். மேலும் பலர் உயிருக்குப் பயந்து பதுங்கி இருந்தனர்.

கடைசியில் 2005-ம் ஆண்டின் தேர்தல் புறக்கணிப்பு என்ற முன்னுரைக்கு 2009-ம் ஆண்டு முள்ளிவாய்க்காலில் முடிவுரை எழுதப்பட்ட பிறகு

தமிழ்த் தேசியக் கூட்டமைப்பு புலிகளின் தனி தமிழீழக் கோரிக்கையில் இருந்து தம் நிலைப்பாட்டை மாற்றிக் கொள்வதாய் அறிவித்தது. மொழிவாரியான இந்திய மாநிலங்கள் போல சுயநிர்ணய உரிமையை மத்திய அரசு வடக்கு கிழக்குக்கு வழங்க வேண்டும். வடக்கும் கிழக்கும் இணைந்து தனி அலகாக வேண்டும். இதெல்லாம் நடக்க 1987ம் ஆண்டு இந்தியா - இலங்கை ஒப்பந்தத்தால் இலங்கையின் கொண்டையில் சொருகப்பட்ட பதின்மூன்றாவது அரசியலமைப்புத் திருத்தம் முழுமையாக நடைமுறைப்படுத்தப்பட வேண்டும் என்று தன் கொள்கைப் பிரகடனத்தை வெளியிட்டது. ஆனால் இதையெல்லாம் புறங்கையால் தட்டி எட்டி உதைத்துவிட்டார் மகிந்த ராஜபக்சே.

2010-ம் ஆண்டு தன் இமாலய செல்வாக்கை உரசிப் பார்த்துக் கொள்ள திடீர் ஜனாதிபதித் தேர்தலுக்குச் சென்றார் மகிந்த ராஜபக்சே. பிரதான எதிர்க்கட்சியான ஐக்கிய தேசியக் கட்சி எந்தக் கயிற்றை வாங்கித் தற்கொலை செய்யலாம் என்று யோசித்துக் கொண்டிருந்த காலம் அது. ஏற்கனவே தொடர்ச்சியாய் இரண்டு ஜனாதிபதித் தேர்தல்களில் தோற்றுப் போய் இருந்த தலைவர் ரணிலுக்கு இப்படியொரு தருணத்தில் போட்டியிட்டால் கோவணமும் மிஞ்சாது என்று தெரிந்திருந்தது. எந்த யுத்த வெற்றிக் கோஷத்தை மகிந்த ராஜபக்சே முதலீடாக்கினாரோ அதே யுத்த வெற்றிக் கோஷத்தை தானும் முதலீடாக்க விரும்பினார். ராஜபக்சே சகோதரர்களால் 'உலகத்திலேயே மிகச் சிறந்த ராணுவத் தளபதி' என்று புகழாரம் சூட்டப்பட்ட சரத் பொன்சேகாவைத் தேடி ஓடினார் ரணில். பொன்சேகாவுக்கு ஜனாதிபதிக் கனவை ஊட்டி அவரது ராணுவ உடையையும்

பதக்கங்களையும் கழற்றி எடுத்து அலமாரியில் வைத்துவிட்டு வெள்ளையும் சொள்ளையுமாய் உடை அணிவித்து ஊடகச் சந்திப்பை நடத்தி தமது ‘பொதுவேட்பாளர் பொன்சேகா’ என்று அறிவித்தார் ரணில்.

ஒட்டுமொத்தத் தமிழ்மக்களுக்கே பெரும் அதிர்ச்சியாக இருந்தது எதிரணியின் வேட்பாளர் தேர்வு. யுத்தத்திற்கு ஆணையிட்ட அரசனா , அல்லது யுத்தத்தை வழிநடத்திய தளபதியா..? யாரை ஆதரிப்பது அல்ல கேள்வி. யாரை நிராகரிப்பது..?

ஆனால் தமிழ்த் தேசியக் கூட்டமைப்பு சரத் பொன்சேகாவை ஆதரிக்கும் நிலைப்பாட்டை அறிவித்தது. பொன்சேகா வரலாறோ விஞ்ஞானமோ காணாத பெரும் ஒட்டு வித்தியாசத்தில் மண் கவ்வினார். தமிழ்ப் பிரதேசங்களில் வாக்களிப்பு சதவீதம் ஒற்றை இலக்கத்தைத் தாண்டவில்லை. தேர்தல் முடிய முதல் வெடிப்பு நடந்தது. கஜேந்திரகுமார் பொன்னம்பலம் என்ற பாராளுமன்ற உறுப்பினர் கூட்டணியிலிருந்து விலகி 'தமிழ் தேசியத்துக்கான மக்கள் முன்னணி' என்ற பெயரில் ஒரு கட்சியை நிறுவிக் கொண்டார்.

புலிகளும் தோற்கடிக்கப்பட்டிருக்கிறார்கள். சிங்கள மக்களின் ஏகோபித்த ஆதரவு வேறு இருக்கிறது. கண்ணுக்கெட்டிய தூரத்தில் எதிரிகளே இல்லை. இப்பொன்னான தருணத்தில் தமிழ் மக்களின் சுயநிர்ணயக் கோரிக்கையை ஏற்று அதிகாரப் பகிர்வை வழங்கி பல சகாப்தங்களாய் இழுபட்டுக் கொண்டிருக்கும் இனப்பிரச்சினைக்கு நிரந்தரத் தீர்வை வழங்க வேண்டும் என்று கூட்டமைப்பு சர்வதேச நாடுகளின் பிரதிநிதிகள் மூலம் ராஜபக்சே

அரசுக்கு அழுத்தம் பிரயோகித்தது. ஆனால் அதற்குப் பதிலாக பதினெட்டாவது அரசியல் அமைப்புத் திருத்தத்தை அமல்படுத்தி அதிகாரங்களைப் பெருக்கிக் கொண்டார் மகிந்த ராஜபக்சே. போதாக்குறைக்கு இரண்டு தவணைக்கு மேல் ஒருவர் ஜனாதிபதிப் பதவிக்கு போட்டியிட முடியாது என்று இருந்த ஷரத்தையும் நீக்கி வாழ் நாள் முழுக்கப் போட்டியிட முடியும் என்று மாற்றினார்.

நல்லிணக்கத்திற்கான பூச்செண்டின் எந்த வாசனையும் வரவில்லை. மாறாக, கருகிய இனவாத வாசனையும் வெறுப்புமே தேசமெங்கும் வளர்ந்தது. புலிகள் தோற்கடிக்கப்பட்டதால் அரசியல் செய்யப் புது எதிரிகள் ராஜபக்சேக்களுக்குத் தேவைப்பட்டார்கள். இருக்கவே இருக்கிறது அல்லவா இஸ்லாமிய பயங்கரவாதம்.? திடீரென்று நாடெங்கும் முஸ்லிம்களுக்கு எதிராக வன்முறைகள் வெடித்தன. பரிதாபம் என்னவென்றால் அத்தனை குட்டிக் குட்டி இஸ்லாமியக் கட்சிகளின் தலைகளும் மெல்லவும் முடியாமல் விழுங்கவும் முடியாமல் ராஜபக்சே தர்பாரில் கதிரைகளைச் சூடேற்றிக் கொண்டிருந்தார்கள்.

இஸ்லாமியக் கட்சிகள் என்று சொல்லும் போது ஒன்றை விளங்கிக்கொள்ள வேண்டும். எல்லாமே நான் பெரிதா நீ பெரிதா என்ற குழாயடிச் சண்டைகள் காரணமாய் உண்டான உருப்படிகள் தான். மற்றபடி இவை ஒன்றும் அந்தக் கால ஜின்னாவின் முஸ்லிம் லீக் அல்ல. 1981ம் ஆண்டு அஷ்ரப் என்பவர் கிழக்கு மாகாணத்தில் இஸ்லாமியர்களின் இருப்புக்குத் தனிக்கட்சியின் அவசியப்பாட்டை தெளிவுபடுத்தி 'முஸ்லிம் காங்கிரஸை' நிறுவினார். இத்தனைக்கும் துடிப்புமிக்க சட்டத்தரணி அவர். அவரது அயராத

முயற்சியும் திறமையும் கிழக்கு எங்கும் முஸ்லிம் காங்கிரஸை வளர்த்தெடுத்தது. எந்தளவுக்கு என்றால் 1988-ம் ஆண்டு ஜனாதிபதித் தேர்தலில் அரசாங்கத்துடன் பேரம் பேசும் சக்தியாக வளர்ந்தது முஸ்லிம் காங்கிரஸ். அந்நாள் வரை பாராளுமன்றப் பிரதிநிதித்துவத்தைப் பெற ஒரு கட்சி மாவட்டத்தில் 12.5 சதவீத வாக்குகளைப் பெற வேண்டுமென்று இருந்தது. ஜனாதிபதித் தேர்தலில் முஸ்லிம் காங்கிரஸின் ஆதரவை நாடி நின்றார் அப்போதைய ஐக்கிய தேசியக் கட்சியின் வேட்பாளரும் பிரதமருமான ரணசிங்க பிரேமதாஸ.

'ஆதரவு தருகிறோம். எந்தப் பிரச்னையுமில்லை. ஆனால் ஒன்று. 12.5 சதவீதத்தை அப்படியே 5 என்று மாற்றிவிடுங்கள்'

ஆடிப்போனார் பிரேமதாஸ. அவருக்கு வேறு வழி தெரியவில்லை. பாராளுமன்றத்தில் அவரது கட்சிக்கு ஆறில் ஐந்து பெரும்பான்மை இருந்தது. போதாது.? ஒரே இரவில் பாராளுமன்றத்தில்கூட அங்கம் வகிக்காத ஒரு கட்சியின் தலைவனின் கோரிக்கைக்குக் தலைசாய்த்த விசித்திரம் நடந்தது. ஆனானப்பட்ட அரசியல் யாப்பு திருத்தப்பட்டது. அரசியல் யாப்பின் பதினைந்தாவது திருத்தத்தின் ஆணி வேர், சல்லி வேர், கிளை, மரம் எல்லாமே அஷ்ரப் தான்..

1989-ம் ஆண்டின் பாராளுமன்றத் தேர்தல் பிரவேசத்தை மனதில் வைத்து அஷ்ரபின் இக்கோரிக்கை அமைந்திருந்தாலும் இதனால் ஒட்டுமொத்த சிறுபான்மைச் சமூகமும் பலனடைந்தது என்பது வரலாறு. 1994-ம் ஆண்டு பதவிக்கு வந்த சந்திரிக்கா அரசு, வெறும் ஒரே ஒரு மேலதிக ஆசனத்துடன் தான் 2000-ம் ஆண்டுவரை ஆட்சியில் இருந்தது. அஷ்ரப்தான் சந்திரிக்காவுக்கு எல்லாமாக இருந்தார்.

இங்கே ஒரு விஷயத்தைக் கவனத்தில் கொள்ளவேண்டும். அஷ்ரப் எந்தளவுக்கு தன் சாணக்கியத்தால் அப்போதைய அரசுகளைத் தன் கிடுக்கிப் பிடியில் வைத்திருந்தாரோ, அதேபோலவே அரசுகளும் அவரால் எல்லையற்ற பிரயோசனம் கண்டன. ஒரே மொழியைப் பேசும் தமிழர்களுக்கும் இஸ்லாமியர்களுக்குமிடையில் பிரச்னைகளைப் பூதாகரமாய் வளர்த்தன அரசுகள். புலிகளைப் பகிரங்கமாய் எதிர்த்தார் அஷ்ரப். விளைவுகள் படுபயங்கரமாய் இருந்தன. 1990-ல் யாழ்ப்பாணத்தில் இருந்து எழுபத்தைந்தாயிரம் இஸ்லாமியக் குடும்பங்கள் ஒரே ராத்திரியில் வெளியேற்றப்பட்டன. 1991-ல் கிழக்கு மாகாணத்தின் காத்தான்குடிப் பள்ளியில் கருணா அம்மானின் கட்டளையின் பெயரில் பதைபதைக்கும் படுகொலைகள் அரங்கேறின. பதிலுக்கு அரசின் ஆசிர்வாதம் பெற்ற இஸ்லாமிய ஆயுதக் குழுக்களும் நிராயுத பாணியிலான தமிழர்களை வதைத்துத் துவைத்தார்கள். இப்பிரிவினைகளால் அரசு படுஜோராய் குளிர்காய்ந்தது.

2000-ம் ஆண்டு ஒரு ஹெலிகாப்டர் விபத்தில் அஷ்ரப் இறந்து போனதற்குப் பிறகு முஸ்லிம் காங்கிரஸின் தனித்துவ அரசியல் ஆட்டம் கண்டது. முழு இஸ்லாமியர்களும் ஒரே குடையின் கீழ் திரட்டும் அஷ்ரபின் திட்டம் தூள் தூளானது. குறுநில மன்னர்கள் போல பிரதேசத்திற்கொரு தலைவர்கள் தோன்றினார்கள். கட்சியும் நான்காய் எட்டாய் உடைந்தது. யார் ஆட்சி செய்தாலும் கரணம் அடித்து ஒட்டிக் கொள்வதே அனைவரினதும் பொதுக் கொள்கையாக 2019 வரை இருந்தது.

பௌத்தத் துறவிகளும், காடையர்களும் இஸ்லாமியர்களுக்கு எதிரான துவேஷப்

பிரசாரத்தைத் தீவிரம் செய்ய, அதை எல்லாம் சட்டை செய்யாது, ராஜபக்சே அரசின் மனித உரிமை மீறலை நியாயப்படுத்தும் ஆமாம் சாமிகளாகவே முஸ்லிம் காங்கிரஸும், இதர ஸ்பேர்பார்ட்ஸுகளும் இருந்தார்கள். இஸ்லாமியர்களின் வழிகாட்டியாகக் கூறிக் கொள்ளும் உலமா சபை ஜெனீவா போய் இலங்கையில் போர்க்குற்றங்களே நடக்கவில்லை என்று அடித்துவிட்டது. இன்னொரு இனத்தின் துன்பத்தை அப்பட்டமாய் மறைத்துத் தன்னினத்தின் மீது கட்டவிழ்த்துவிடப்பட்ட அடக்குமுறைகளையும் முறையாய் எதிர்கொள்ளத் தெரியாமல் நோன்பு பிடிக்குமாறும், பிரார்த்தனை செய்யுமாறும் பரிதாபமாய் அறிக்கைவிட்டுக் கொண்டு காலத்தைக் கடத்தியது உலமா சபை. இதற்கெல்லாம் அத்தனை இஸ்லாமிய லேபல் கட்சிகளும் ஒத்து ஊதின.

இதெல்லாம் இப்படி இருக்க, 2014-ம் ஆண்டின் நவம்பர் மாதம். ஜனாதிபதித் தேர்தலுக்குச் செல்ல இன்னமும் இரண்டு ஆண்டுகள் அப்படியே இருந்தன. ஆனால் சர்வதேச நெருக்கடி பிராண்டிக் கொண்டிருப்பதை உணர்ந்தார் மகிந்த ராஜபக்சே. இலங்கையின் ஆடை ஏற்றுமதிக்கு ஐரோப்பியச் சந்தையில் வழங்கப்பட்டுக் கொண்டிருந்த ஜீ.எஸ். பீ வரிச்சலுகை பிடுங்கப்பட்டிருக்க, ஒபாமா அரசும் ஓயாத தலையிடிகளைக் கொடுத்துக் கொண்டு இருந்தது. ஐ.நா.சபை அமர்வுகள், ஜெனீவா மனித உரிமை கவுன்ஸில் எல்லாம் இலங்கையில் இறுதி யுத்தத்தில் நடந்ததாகக் கூறப்படும் மனித உரிமை மீறல்களைப் பற்றியே தினமும் புலம்பித் தீர்த்தன.

சர்வதேச நெருக்கடி இப்படி உச்சம் பெற்றுக் கொண்டிருக்க உள்நாட்டில் திடீர் ஜனாதிபதித் தேர்தல் ஒன்றுக்குச் சென்று அதில் வென்று

உலகத்திற்குச் செய்திகூற வேண்டும். என் மக்கள் என்னோடுதான் இருக்கிறார்கள் என்பதைப் பறைசாற்ற வேண்டுமென்று முடிவெடுத்தார் மகிந்த ராஜபக்சே. தன் ஆஸ்தான ஜோதிடர் சுமனதாஸவை அழைத்துத் தேர்தலை நடத்த நாள் நட்சத்திரம் பார்த்தார். அவர் எடுத்துக் கொடுத்த தேதி *2015* ஜனவரி எட்டு. மகிந்த ராஜபக்சே பிறந்த தேதி பதினேழு. ஒன்றையும் ஏழையும் கூட்டினால் எட்டு வரும். வழக்கம் போல அதிர்ஷ்டம். நல்ல யோகம்.

அந்தோ துரதிர்ஷ்டம். வெறும் நான்கரை லட்சம் மேலதிக வாக்குகளால் மகிந்த ராஜபக்சே தோற்றுப் போனார். எழுபத்து நான்கு சதவீதமான சிங்கள பவுத்தர்களில் பெரும்பான்மையானோர் அவரோடுதான் இருந்தார்கள். ஆனால் மிச்ச இருபத்தாறு சதவீதமான சிறுபான்மை சர்வதேசத் திற்கு அழுத்தம் திருத்தமாய் ஒரு செய்தியைச் சொன்னது. தமிழர்களும், இஸ்லாமியர்களும் இந்தியாவின் ரோ புலனாய்வுப் பிரிவும் தன்னைத் தோற்கடித்ததாக மகிந்த ராஜபக்சே தன் வீட்டின் ஜன்னலுக்கு மேலே ஏறி நின்று கொண்டு புலம்பினார்.

தமிழ் தேசியக் கூட்டமைப்பு வழக்கம் போல மகிந்த ராஜபக்சேவுக்கு எதிரான அணியில் போய் குந்தியது. வேடிக்கை என்னவென்றால் மகிந்த ராஜபக்சேவுடன் அதுவரை பங்கு பிரித்து பாற்சோறு உண்டு வாழ்ந்த முஸ்லிம் காங்கிரஸும், அகில இலங்கை மக்கள் காங்கிரஸ் என்ற கட்சியும் எதிரணி பக்கம் தாவின. சிறிசேனா ஜனாதிபதியாக ரணில் பிரதமராக அத்தனை முஸ்லிம் பாராளுமன்ற உறுப்பினர்களும் மீண்டும் அமைச்சர்களானார்கள். த்ரிஷா இல்லை என்றால் நயன்தாரா என்ற இந்தக் கொள்கையைக் கண்ட சனம் 'அடேங்கப்பா' என்று வாய் பிளந்து நின்றது.

2019-ம் ஆண்டு தனி சிங்கள வாக்குகளால் மட்டுமே வென்ற கோட்டாபய ராஜபக்சே அரசில் முஸ்லிம் கட்சிகளுக்கு எந்த இடமும் இல்லாமல் போனது. வரலாற்றில் என்றுமில்லாதவாறு எழுபது சதவீதத்திற்கும் மேற்பட்ட சிங்களவர்களின் வாக்குகளால் அவர் தேர்வானார். 2020 பாராளுமன்றத் தேர்தலிலும் மூன்றில் இரண்டு பெரும்பான்மைப் பலத்தை அள்ளிக் கொடுத்து சிங்கள மக்கள் அழகு பார்த்தனர். இதனால் மாபெரும் பொருளாதார அழிவின் பங்குதாரர்களாகும் துயர காண்டத்தில் இருந்து சந்தர்ப்பவாத முஸ்லிம் தலைமைகள் தப்பிக் கொண்டன.

2015-ம் ஆண்டு தமிழ் தேசியக் கூட்டமைப்பு சிறிசேனாவை ஆதரித்த போதிலும் ஆட்சியில் பங்கேற்கவில்லை. தமது அபிலாஷைகளையும் தமிழர்களின் நியாயமான கோரிக்கைகளையும் நிறைவேற்றுமாறு கூறியது. ஆனால் ஒரு துரும்பைக்கூட கிள்ளிப் போட எதிர்த்தரப்பில் இருந்த ராஜபக்சே கூட்டணி விடவில்லை. தமிழ்த் தேசியக் கூட்டமைப்பின் தலைவர் சம்பந்தன் 2015 முதல் 2018 வரை எதிர்க்கட்சித் தலைவராக இருந்தார்.

2020-ம் ஆண்டு தமிழ்த் தேசியக் கூட்டமைப்பும் மீண்டும் நொறுங்கியது. வடமாகாணத்தின் முன்னாள் முதலைமைச்சரும் முன்னாள் நீதிபதியுமான விக்னேஷ்வரன் தலைமையில் ஒரு குழு கட்சியைவிட்டு வெளியேறி 'தமிழ் மக்கள் தேசிய கூட்டணி' என்ற பெயரில் ஓர் அமைப்பை நிறுவிக் கொண்டது.

கிழக்கில் 'தமிழ் மக்கள் விடுதலைப் புலிகள்' என்ற பெயரில் ஒரு கட்சி இயங்குகிறது. வடக்கைத்

தலைமையாகக் கொண்ட தமிழ் தேசியக் கூட்டமைப்பு சிதறிப் போய் தமிழ் மக்கள் தேசியக் கூட்டணி, தமிழ் தேசியத்துக்கான மக்கள் முன்னணி என்று சிதறி சட்டென்று புரிந்து கொள்ள முடியாத பாகிஸ்தான் அரசியல் போலப் பெரும் குழப்பமாய் இருக்கிறது.

ஒரு காலத்தில் தமிழ் மக்களின் பேராதரவைப் பெற்று இருந்த தமிழ் தேசியக் கூட்டமைப்பின் இப்பின்னடைவுக்கு உறுப்பினர்களின் சுயநலம் ஒரு காரணம் என்றாலும், தலைவர் சம்பந்தனின் வயது மூப்புதான் எல்லாவற்றிற்கும் ஆதாரக் காரணம். வீல்சேரில் வரும் தலைவரை வைத்துக் கொண்டு கட்சி எப்படி உருப்படும் என்று தெரியவில்லை. யாரைக் குற்றம் சொல்வது..? தென் ஆசியாவில் சாகும் வரை பதவியையும் பவிசுவையும் விட்டுக் கொடுக்காத தலைவர்கள் யார் தான் இருக்கிறார்கள்?

***

www.ingramcontent.com/pod-product-compliance
Ingram Content Group UK Ltd.
Pitfield, Milton Keynes, MK11 3LW, UK
UKHW042132021026
15589UKWH00003B/768

9 789395 511469